வல்லபி

வல்லபி

தேன்மொழி தாஸ்

எழுத்து பிரசுரம்

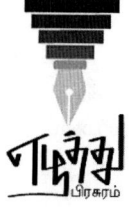

வல்லபி
Vallabi © 2018 Thenmozhi Das

First Edition by Ezutthu Prachuram : December 2018
(An imprint of Zero Degree Publishing)
ISBN: 978 93 87707 43 6
Title No. EP: 21

All rights reserved. No part of this publication may be reproduced, stored in a retrieval system, or transmitted, in any form or by any means, electronic, mechanical, photocopying, recording, psychic, or otherwise, without the prior permission of the publishers.

Zero Degree Publishing
No. 55(7), R Block, 6th Avenue,
Anna Nagar,
Chennai - 600 040

Website : www.zerodegreepublishing.com
E Mail   : zerodegreepublishing@gmail.com
Phone   : 98400 65000

Cover Art : Amol Pawar
Cover Design Layout: Creative Studio

Lullaby-க்கு

உள்ளே

வல்லபி 9
அச்சம் அகக்கிருமி 10
கரிகாடு கேவும் ஒலி 11
தேன் வேட்டை 12
நீலச்சங்குப் பூ 14
முத்தத்தின் மாயவெப்பம் 16
உயர்ந்த சொல் படரும் 17
நிலா உடலை இருகால்களாக்குகிறது 18
Kiss Me, Oh My Solitude 20
மலைராணிப் பூக்கள் 22
நீதியாகமம் 24
Spaceship - சூனுவின் குரல் சுழலும் தங்கத் தகடு 26
சூசன் 13 28
அகநீர்வாழ் பறவை 29
காத்திருப்பு 30
இயற்கைப் பஞ்சமுக நாகம் 31
பூமியை ஒற்றை முலையென நினைத்து 32
காற்று காளான் பூ 33
யாரிடம் மன்றாட வேண்டும் 34
விலாவுக்குள் ஒரு குறியீடு 36
பலநாள் முத்தங்கள் 37
சிவப்பு 38
சந்திரமுத்தை இமைகளால் துடைத்து 40
காலத்தின் குரல் 41
தசை நினைவு 42
A perfect virgin murder 43
காதலுக்கான 44
காற்று 45
கால உளியில் பிறை 46
Cut to cut 47
அசைஇ(லை) 48
அழிக்கும் சக்தியின் விதைகள் 50

சூசன் 7	52
காந்தப் புலம்	53
கவிஞனின் கவுரவம்	54
சூரியனின் நிலா	55
நிதத்துரு	56
Halfway - //who murdered her First //	57
இயல்மொழி	60
நமக்கான நியாயம் தாயத்து	61
எப்பக்கம் புதையலாம்	62
கருப்பு வெள்ளை	64
ட்	66
பூம்புகை மூச்சு	68
மனக்கலக்கத்தின் துருநகம்	70
யோகமாயா	71
அம்மா கனவில் வருகிறாள்	72
எப்படியாவது பாடிவிடு பறவையே	74
சுழல்	75
காளி	76
தை	78
தைலா	80
மனவைரம்	81
பிறை நிலவிலிருந்து மேகம் புடவையாக வீழ்வது	82
பூமி கணித இதயம்கொண்ட நூல்கண்டு	84
வெயில்	86
சூலத்தின் நிழலும் வேலின் நிழலும்	88
சூசன்-20	90
மேன்டிஸ் நடனம்	92
ஜன்னல் ஓரங்கள் நகரும் வானங்கள்	94
இசை	96
நடுகை	98
பத்திமை கசியும் கண்கள்	100
இரவு கனத்த வில்	101
நீலத் தீ	102
வல்லபி தாண்டவம்	103

வல்லபி

நெல்லின் வாடை நெஞ்சறுக்கும் நேரத்தில்
தூக்கமற்ற இரவு குளவிப் பூம்புதராய்
பூத்துச் சரிகிறது
உனது நினைவின் உருவம் விடும் மூச்சு
இரவின் நிறத்தைப் பிசைந்து என்னை வனையப்பார்க்கிறது
நினைவின் கண்கள் சற்று அகலமானவை
அதன் சம்பாஷணை பேரியல்
வகுத்தல் வரைபடங்களாய் இமைகள்
மேற்கின் குடுமி கிழக்குசீவத் தவிக்கையில்
வல்லபி தனித்திருக்கிறாள் என்பது
இயலாமையைத் தொழும் தேவதைகளின்
பாடல் வரியிலிருந்து விரியும் வலை
நினைவை படியேறி வரச்சொல்கிறேன்
தயக்கத்தின் ருசி கழுவ
தண்ணீர் அகத்தில் பெறுகிறது
மரணகதியை ஒரு மத்தளச் சத்தத்தில் ஏற்றி
மூன்றாம்பிறையைக் கொய்து சூடுகிறேன்
வலம்புரி காய்க்கும் விதம் உனைத் தழுவுவேன்

29.12.2017
3.16 am

வல்லபி

அச்சம் அகக்கிருமி

ரகசியத்தை வலம்புரிச் சங்கில் வைத்தால்
மூங்கில் உப்பைக் குடித்தால்
பித்தம் கரையாது
புறங்கான் பூமாலைகள் புரிதல் அரிது
அன்பின் மறைபொருள் நுண்மொழி
பருந்தின் விருந்து சதை
இக்குணம் ஞானியிடம் இருப்பதில்லை
மத்தியஸ்தன் மழைப்பூச்சி
வடக்கும் கிழக்கும் அவனது வந்தனத்தில் சமன்
வீரதரு தேருக்கும் போருக்கும் உதவும்
பிணம்தின்னிக் கழுகின் பார்வை வல்லையைக் குடையும்
சுண்டங்கோழிகளின் நடை புதரில் முடியும்
அதன் உடலின் ஓவியம் சலிக்கயியலாத நிறமணல்கள்
காட்டு மஞ்சள் வரனுக்கு ஏங்காது
வழிப்பறிக்காரனின் வழியில்
வீரசூலி மறைந்திருப்பாள்
தீது கூடுபாயாது
வெந்தயப்பூ பசும்பொன்னுக்கும் மேலானது
அச்சம் அகக்கிருமி
குணப்பிழை நட்பிற்கு ஆகாது
கைச்சுழி வெள்ளாமை தருமோ
கருங்காலி மரத்தின் ரத்தம் காடுகளுக்குள்
கேவுவதை மனிதன் அறிவானோ
பொழுதுகட்டுதல் மேகத்தின் தொழிலாகுமோ
முறுகுபதம் நீராகுமோ
காடுபடுதிரவியங்களை விலாக்கொடி அணியுமோ
பெரும்பெயல் செயற்கையில் வாய்க்குமோ
பயனுவமை காடறியாது

2.9.2017
6 am

கரிகாடு கேவும் ஒலி

கூதல் காற்று சொக்க வெள்ளி தான் காதலா
மனதின் ஊமைக் காயத்திற்கு
ஒரு மலைத்தாவரம் கொண்டு வருவாயா
ஒன்றியாள் கடிநிலை கணித்தல் எளிதல்ல
மலைகளின் இடைவெளிதான் பயனுள்ளது
தும்பிகை மரத்துப் பூக்கள் குங்குமச் சிமிழ்கள்
அதன் கனிகள் இரத்தத்தின் உயிர்
வல்லைகளுக்குள் இவை மனிதர்களுக்காகக் கனிகின்றன
கரிகாடு கேவும் ஒலி கர்ணமந்திரம் தெரியுமா
அது தேசத்தை ஆள்பவனின் காதுகளுக்கு எட்டாது
மக்களின் கண்முன்
காலசூத்திரத்தின் வலைகளை அவன் விரிக்கிறான்
செம்மறியின் குணம் மக்களுக்கு
என்பது அவன் வீழ்ச்சியின் தொடக்கம்
கார்கோன் கூர்மை ஒன்றே
தேசத்தை ஆள்பவனின் பிடரி பிய்க்கப் போதுமானது
ஆளல் அகம்பாவத்தின் சூல்கொண்டு ஆகாது
வறுமையின் உப்பு கூர்ந்து நோக்கப்பட்டால்
நகரங்கள் மின்னும்
சரித்திரங்கள் இரத்தத்தில் கழல்தல் நல்லது
அடைக்கலான் குருவிக்கு
கிளைமூடும் இருள்தான் இரவு
எளியவன் கை நெருக்கத்தின் பூரணம்
அனலியின் நுனியிதழ் முத்தம் இளவெயில்
எத்தகைய தூரத்தில் இருந்தாலும்
கூதல் காற்று சொக்க வெள்ளி தான் காதலா

29.8.2017
6 am

தேன் வேட்டை

சருகுகளின் சந்நிதியில்
இலையுதிர் காலத்து அதிகாலை உதிரும்
மனதின் வெடிப்புகளுக்கு
சந்துபூசுதல் எனும் ஆராதனை
தாயின் மடியில் நிறைவேறும்
உலகநடை என்பது மலைஊற்றில் முதல் பாதம்
ஒத்தயடிப்பாதையில் பொன்வண்டின் மூக்கு
மனிதனின் பாதத்தை நுகர்ந்து ஆலோசிக்கும்
மேலும் அது பாடிச்செல்லும்
மனிதனின் கண்கள் பாயும் தட்டு
பார்வை தான் பூஞ்சிறகு என்று
தனிமையின் கீர்த்தனம்
வெளியெங்கும் நிறைந்திருப்பதைக் கண்டிருக்கிறேன்
கண்ணிதழ் கருணை கொண்டது
குளிர்ந்த சொற்களை
கேளையாடுகள் மலைவெளியெங்கும் மேய்ந்திருக்கும்
நாங்கள் தேனெடுக்கச் செல்வோம்
இலைக்கறி உண்டு
சந்தனச் சாரலில் அந்நாளைக் குளிக்கச் செய்து
அம்பும் கைவில்லும்
கோடரியும் கவ்வாத்துக் கத்தியும்
தோளில் அடைசுமக்கப் பையும்
உடலெங்கும் கொச்சைக் கயறுகளையும் சுற்றி
நாங்கள் தேனெடுக்கச் செல்வோம்
காட்டுப்பூனைகளை விரட்டி விளையாடி
அதன் பேதைகுணம் வாங்கி
மலைவேம்புப் பூக்களைத் தலைப்பாகையில் கட்டி
நிலவேம்பு வேர்களை வாய்க்குள் சவைத்தபடி
கூட்டுக்காரர்களை வம்பிழுத்து மலையேறி
நாங்கள் தேனெடுக்கச் செல்வோம்

தேனடை தொங்கும் மரத்தடியில்
சருகுகள் குவித்துத் தீ மூட்டி
அதன் மேல் கூட்டுக்காரர்கள் பச்சைக் கசப்பந்தளைகளால்
புகைமூட்ட
தேனடையில் தலைவேட்டைக்காரன் அம்பெய்வான்
புகைச்சட்டியை இடுப்பில் கட்டி அவன் மரமேற
நாங்கள் வேட்டைக்குப் பாடும் பாடல்
தா...யே
தா...யே
தா...யே
என்ற தூரக் குரலாகும்
பலநாகம் ஒருசேரச் சீறும் விதமாய்
தேனீக்களின் தவம் கலையும்
மரக்கட்டைகளில் ஈத்தல் குச்சிகளால் இசையெடுக்க
மலைகள் உள்வாங்கி
தனது ஈரக்குலையிலிருந்து எதிரொலிக்கும்
"தாய்"
எனும் சொல் புகையினுள் உருவமாகும்
அந்நேரம்
உயிரின் பற்றுக் கம்பிகள் சுருளும்
தா...யே தா...யே தா...யே என்றபடி
மூங்கில் முனகும் தக் தக் தக்கெனும் ஓசையோடு
தேனடை அறுக்க வேட்டையின் வெற்றியில்
உயிரின் பற்றுக் கம்பிகள் நீளும்
ஈக்கள் கலையக் கலைய காடு அசையும்
ஆயினும்
புகையினூடே
நாங்கள் பாடிக் கொள்வோம்
காடே எல்லாவற்றிற்கும் நீதான் குளிகை

1.10.2017
6 am

நீலச்சங்குப் பூ

நிறைவேற்றுமையோடே துயில்கொள்கிறீர்கள்
நடுத்தரமான கன்னியுடன் கடற்கரை சென்று
காதல் தணியாத பசியில் இருப்பதாகப் பேசி
உங்களது உலகத்தின் சட்டையை அவிழ்த்து
அலைக்கு அணிகிறீர்கள்
மணல்நெய் அள்ளி காதலியை மூடுகிறீர்கள்
சில குரல்துண்டுகளை அவளது குரல்வளையில்
முத்தமிட்டுப் பதியமிடுகிறீர்கள்
அவளோ ஊறும் பெருங்காலத்தை ஒற்றை விதையாய்த்
திரட்டி ஊன்றுகிறாள்
நிராசையன் இவ்வுலகில் இல்லை என
பெண்ணின் கண்களிலிருந்து
திரியின் சாயை கொண்ட பூ மலர்கிறது
இருளின் மௌனத்தைப் பெண்ணுடல் பிளக்கையில்
"இருளே கருணை பிறக்கும் இடம்" எனும் ஒலி
கருஞ்சொட்டாய் உலகின் மேல் விழுகிறது
நாகமல்லிப்பூ அவள் நாசி
அவளது உக்கிர மது குடித்தபின்னே
அருமை பெருகும் வாக்கியங்கள் அவள்மேல்
அலையேறுகின்றன
"உனது சுவாசத்தின் சௌந்தர்யம் எனை மேகமாக்குகிறது
நான் புகையினூடே நடக்கிறேன் தேவி புரிகிறதா"
என்று புலம்பும் ஒலியை அவள் கேட்கிறாள்
நிதம்பம் நிறைய முத்தமிடுகிறீர்கள்
ஊதா நிறங்களை உட்செலுத்தி மாய்கிறீர்கள்
பாசக்கட்டின் பதினெட்டாவது அடுக்கில்

தேன்மொழி தாஸ்

நீரதி அன்னமாகிறாள் பின்னர் அனந்தஞானியாகிறாள்
உயர்நிலை உப்புச்சொல்லோடு முடிவதில்லை முத்தங்கள்
என
அலையள்ளி மார்பிலடிக்கிறீர்கள்
மூலசூத்திரம் ஒன்றை கண்ணுக்கடியில் தேவி புதைக்கிறாள்
சங்குப் பூக்களால் இளைப்பாற அவனுக்கு இடமமைக்கிறாள்
ஆணின் நிர்வாணமனம் காண்பதரிது
என்று புரண்டு படுக்கிறது எனது கனவு
ஒரு நீலச்சங்குப்பூ எனது நெற்றியில் மலர்கிறது

19.9.2017
4.10 am

வல்லபி

முத்தத்தின் மாயவெப்பம்

மேலும் களவாட ஏகமாய் பொழுது இருப்பது
தேக்குத் தோப்பில் காலைப் பனி
காதலர்களின் காலடிச்சத்தமாய் வீழ்வது

சங்குப்பூவின் அச்சு காற்றில் அசைவது
கருவறைக்குள் மிதக்கும் வெளிச்சத்தை
பூமியில் ஊற்றுவது

முச்சமக்கூறிடல்
காதலை முழுமையாக ஒப்புக்கொடுத்தல்

நித்திரையடையாமல்
இமையினுள் உருளும் காதல் கண்களுக்கு
கடுகுத்தோலின் மினுமினுப்பு

முத்தத்தின் மாயவெப்பம்
பெருமூளையின் அரைக்கோளங்களில்
விளையாடும் பரிசுத்தஆவி

3.1.2017
6.40 am

தேன்மொழி தாஸ்

உயர்ந்த சொல் படரும்

மலைக்குகைகள் வழியாக கழுத்தின் முடிச்சு
கெம்பீரித்துக் கொண்டிருக்கிறது
கெந்திச் செல்லும் காட்டுக் கம்பளிப் பூச்சி
எதிர்காலத்தை அடிவயிற்றில் தடவும்
வச்சிரதந்திப் புழுக்கள் மரம்குடையும் காட்சி
மனதை மத்தியானம் ஆக்கும்
பொறிகலங்குதல் வீண்
துன்புறுதல் ஒருவகையில் உள்பாடு அறிதல்
பாறைகள் மேலுள்ள எழுத்துகளை
சோலைமழை அழித்துச் செல்கின்றன
காதல் அடையாளங்களை பதுக்கி வைக்க
வேறு களம் உண்டு
துன்புற்ற மாரிக்காலம் ஸ்தலங்களில் விம்முகிறது
இறந்த காலங்களை
வணங்கத் தெரியாதவனின் எதிர்காலம்
உன்னதங்களைக் காண்பதில்லை
ஊற்றுத்துவாரத்திற்கு
தாழ்க்கோல் தேடுகிறவனின் புத்தி தாழைப்புதர்
உயர்த்த சொல் படரும்
கூழாங்கல் விற்பவன் ஒருபோதும் அறிந்ததில்லை
ஒழுங்கின்மையின் உத்தம தாகம்
நயனமொழியை கனவறியும்
மழுங்கிய கொம்புடைய மாடு தனது இயலாமையை
வெற்றுத் தரையிடம் காட்டும்
எண்ணத்தின் ஒளிக்குறிப்புகள் கண்களில் மிதக்கும்
புலிக்குட்டியின் மேல் சவாரி செய்யும்
புல் குருவி காற்றைச் சுவைக்கும்
சம்பூரணராகம் காடுகளின் மத்தியில் தொங்குகிறது

18.9.2017

வல்லபி

நிலா உடலை இருகால்களாக்குகிறது

பெண்மரங்கள் நிறைந்த காட்டில்
முளைவிதைகளின் ஆணிகள் ஆணையிட்டு நிமிர்கின்றன

பயணம் இயற்கை ஞானம்

கனமின்மையோடுதான் கடக்கவேண்டும் என்றில்லை
மாய உடல் கீழ்நோக்கிப் பாயும் வல்லமை பெற்றால்
நமது திருச்சுழியே கிளைகள்

நியாயங்கள் பச்சை
அவை
குப்பைமேனிச் செடியை பூனை ஏன் வணங்குகிறது
என்பதில் கூட இருக்கிறது
மருந்துகளின் மூல ஊற்றுகள்
மண்ணுக்கடியில் சத்தமிடுகின்றன

உறைத்துளி தீண்டும் பூக்கள்
வாசனைக்குறிப்புகளைச் சிந்துவதும்
பெண்யானைக் குட்டிகளின் தாய்தேடும் ஒலி
வெள்ளி ஏணியாக வானமேறுவதும் வனதயை

காலக்குறியாக நித்தியவெளியில்
நிலா உடலை இருகால்களாக்குகிறது

பூமியின் கூத்து
சுற்றியாடும் நிலைப்புள்ளிக்கு நேர்மேலே என்ன இருக்கிறது
சரிகட்டுதல் பிறப்பு வழித் தராசில் முடியுமா

தேன்மொழி தாஸ்

பிறவிக்குணம் பித்ததேசத்தில் யாவருக்கும்
வெவ்வேறு மிருகபாவனையில் தலையெடுக்கும்

வாகையிலும் முரணுண்டு

பதமையின்மையை வணங்கமுடியாத போது
மூத்தோர் சொல் அணிந்து கண்மூட உதவும்
வகிடு கூட நம்மில் எத்தனை பேருக்கு நேர்

நேர் வெவ்வேறான நேர்

புன்னகைத்துக் கொண்டே பார்வைத்தகட்டின்
நெளிவுகளை சரிசெய்ய வேண்டும்

சினைப்பட்ட பசு பொழுதை அசையிடும் விதம்
இருப்பதை இசைக்கிறேன்

காற்று ஒருமொட்டின் உள்ளிருப்பதும்
நம்முள்ளே இருப்பதும் ஓரேயளவே

13.9.2017
6.10 am

வல்லபி

Kiss Me, Oh My Solitude

ஆழ்ந்த சௌந்தர்யமிக்க உலகில்
வியப்பின் பொன்தூசிகளை
பட்டாம்பூச்சிகளின் சிறகில் கண்டேன்
மரணத்தின் பின்னர்
காற்றோடு அவை புகைந்து இசைத்து உயர்வதை
திண்மையான நூல் ஒன்றில் குறித்தேன்
பெண் ஸ்தனங்களின் கம்பீரமே
ஆண் விழிகளின் மேல் தோல்களில்
பல அடுக்குகளாக இருப்பதையும் கண்டேன்
இருண்மையின் இருகரங்களைப் பற்றிக்கொள்வது
பெண்ணுக்கு ஏதுவானது
கடந்த காலங்களின் வல்லமையில்
காதல் எனப்படுவது நுழுந்துதல்
உங்களிடம் நான் இருண்ட காலங்களின் மார்புக்குள்
முடங்கி உறங்குவதைச் சொல்ல வேண்டும்
அதன் எல்லா முடிச்சுகளின் உள்ளேயிருந்து
மௌனத்தை அவிழ்த்து நான் முத்தமிடுவதையும்
தனிமைதான் ஆழமான பைத்தியத்தோடு என்னை
காதலித்தது என்றும்
இப்போதும் மென்மையாகத் தடவுவது
தனிமையின் மௌன உதடுகளைத் தான்
இதன் கண்கள் நீந்தும் நிறம்
மயிரிழை அளவு மின்னல்
இருளை விட அதிக கனத்தோடு
ஏதோ மனதினுள்ளே கிடக்கிறது

தேன்மொழி தாஸ்

அதன் இமைகள்
அடித்துக் கொண்டேயிருப்பதைக் கடப்பது கடினமானது
அது நிறமற்ற வானவில்
பள்ளத்தாக்கைத் தாண்டுவதை விடவும் அகலமானது
I hold and kiss the lips of solitude
And I felt there is no end for it.
Kiss me oh my solitude

14.11.2017
3.12 am

வல்லபி

மலைராணிப் பூக்கள்

பனிச்சாம்பல் மலைகள் மேல் நடக்கிறேன்
ஒருகைப் பனி ஓடைத் தண்ணீர் உடல் உள்ளே பாய்ந்தால்
கரிய உப்புகள் அகலும்
மரகதக் கல் விளையும்
செஞ்சந்தனக் குச்சியால் பாதை தெளித்து
மனிதவடிவில் பூத்துக் கிடக்கும்
மலைராணிப் பூக்களை தோளில் சுமந்தபடி
ஆமி
சிமி
கனா
வினா
துளி விழி என்று பெயரிட்டுக் கொஞ்சுகிறேன்
இவை பல மிருக வடிவிலும் கலையாய்ப் பூக்கின்றன
கிளிப்பூக்கள் நீரோடையில் மின்னிக்குனிந்து
நன்னீரை அதன் இதழ்களால் முத்தமிடுகின்றன

தேனீக்கள் ஒரு பூவின் மையக்கருவை
உடைக்க முயல்வதில்லை
பூக்களின் மூளைச் சுரப்பிகளில் ஊற்றெடுக்கும்
புனிதநீரையே அவை குடிக்கின்றன
மேலும் அவை காற்றைக் காதணியாக அணிந்து
பாடிச்செல்லுகின்றன
தேனீக்களின் ரோமக்கால்களே ஆதி இசையைப் படைத்தன
இறகுகள் இயற்கையின் பறை

வனாந்தரமெங்கும் ஏலியன் ஆர்கிட்ஸ் கரங்களை ஏந்தியபடி
வரவேற்கிறது

தேன்மொழி தாஸ்

பூக்கள் அருகே முழந்தாள் படியும் போதெல்லாம்
நெற்றிக்கண் திறப்பதையும்
அதன் கண்ணீர்
இரத்தப் பனித்துளியாகத் துடிப்பதையும் உணர்கிறேன்

பின்னும் ஏனோ அதன் மகரந்தக் காம்புகள்
பல்லாயிரக்கணக்கான ஆண்டுகளைக் காண்பிக்கின்றன

எனது உயிரணுக்களில் ஏதோ ஒன்று அதனுள்ளும்
மண்டிக்கிடக்கிறது
அவை சிறிது வேறுபட்ட ஓர் அகம் அவ்வளவே

பூக்களின் உடல்மொழி நிறம்மிக்க நடனத்தாலும்
அகமொழி
ஆதிகாலத்துக் கதிர்களாலும் கனலுகின்றன

அவை முன்னே
புழுதிப் பொட்டலமாய் காட்சியாகிறேன்

25.9.2017
9.41 pm

வல்லபி

நீதியாகமம்

எதன்பொருட்டும் எந்த உயிருக்கும்
துரோகம் செய்யாதிருக்கிறவன் சுத்தன்
அவன் தனது பாதைகளை
உண்மையின் வைரக்கட்டைகளோடு பிணைத்திருப்பான்
அதன் அச்சு அன்பெனும் வலிமைமிக்க ஆயுதமாக
ஆரத்தில் சுழலும்

பெருங்காட்டு மரங்கள்
இலையுதிர் காலத்திலும் மனித உருவாகவே காட்சி தருவது
எக்காலத்திலும் நாம் பயன்படவேண்டும் என்ற சத்தியமே
அவை தன்னை வெட்டிக்கொள்ள தோள்களை
நீட்டுகின்றன
நீர்தனைப் படைத்த கருவறைகள் என்று வேர்களை
முத்தமிடுவோம்

நாம் எப்போதோ இறந்து விட்டோம்
இங்கிருப்பது குரல்கள்தான் என்று நம்புங்கள்
ஆதலால்
வார்த்தைகளில் வார்த்தைகளுக்காக வாழுங்கள்
நமது மூதாதையர்களும் நம்முள்ளே
சொற்களின் உடல்களால் உறைந்திருக்கிறார்கள்

பணிவே எளிமை என்பதைப்
பசுந்தாள்களிடம் படிக்கலாம்
கூழாங்கற்கள் மலைகளின் மறைபொருள்
அவை தனக்குள்
அடிகளை வலிகளை
பெரும்பெயல் சத்தமாய் வைத்திருக்கின்றன

கூரான யாவும் ஒடியும்
வலிமை இழப்பை அடைகையில்

மென்மை வலிமைக்கும் மேலாகப் பளிச்சிடும்

பூக்கள் தனது வாசனையைத்
தண்டுகளில் நிலைநிறுத்துவதில்லை
தனக்குள்ளேயே அதனைத் தவிக்கவிடும்
அகம் தவிப்புடையது
அவையாவும் வீரியமிக்க கருவாகும்

தவிப்பை
தர்ப்பைப் புல்லின் மோதிரங்களில் நாம் விட்டுவிட
முடியாது
உள்ளிருந்து பெருகும் ஊற்று
அதனை ஒளிரச்செய்யும்
அவ்வலி வழிகளுக்கு ஏதுவான மரம்
அதுவே பின்னர் நிழலாகும்

தேசத்தை ஆள்பவன்
துரோகியாக இருக்கும் போது நகரம் ஆர்ப்பரிக்கும்
எளியவனின் குரல் தாய்மொழியின் கொடி

நிறுத்தலளவு நீதிக்குத் தெரியாது
பொல்லான் புழுதியாவதற்குப் பொழுதுண்டு

ஆள்பவனை விரலின் சிறுதுளியால் வீழ்த்தலாம்
மக்களின் ஒரே போர் ஆயுதம் அதுவே
நித்தியத்தின் ஒரு தும்பு நம் தொப்புள் கொடி
மறுமுனையைக் கண்டறிவார் யார்

5.9.2017
5.14 am

வல்லபி

Spaceship -
சூனுவின் குரல் சுழலும் தங்கத் தகடு

ஒரு ஓரத்தில் வேற்றுக்கிரக இருளை வைக்கிறேன்
இந்த இடத்தில் எனது இமைகளிலிருந்து
ஒரு வளைந்த முடி விழுந்து விட்டது
அதன் கீழிருப்பது நிலவின் நித்திய சாம்பல்
ஒரு சொட்டு அமெரிக்க உளவாளியின் ரத்தம்
அது வழியுமிடமெல்லாம் நதிகள்
முடிக்கப்படாத கார்ப்பரேட் கட்டிடங்கள்
நீங்கள் நினைக்கலாம் பெண்ணின் ஸ்தனங்கள் ஏன்
ஆண்களால் பரிகாசத்திற்கு உள்ளாகின்றன
இவ்வுலகில் அனைத்து உன்னதமும் அவளாகையில்
பின்னர் என்னதான் செய்வார்கள்
இந்தக் கேள்விக்குறியை
மேலிருக்கும் இமைவளைவில் வைக்க விரும்புகிறேன்
ஆண்குறியின் குறுக்குவெட்டுத் தோற்றத்தை
பெண்ணொருத்தி
பூவிலிருந்தும் எடுத்து முத்தமிடுகிறாள்
கருநீலக்கோடுகளாக இங்கே இல்லை அவை
முத்தம் வெடித்த நிலமாக
இதென்ன
மத்தளச் சத்தத்தை மடிக்கையில்
பொறிக்காத அப்பளம் பிறக்கிறது
ஆணிவேரின் ஒரு துண்டு வெட்டி
அடி ஆகாசத்தில் வைத்தாலும்
பூமியில் புதைவது போலத் தான் தெரிகிறது பாருங்களேன்
அதன் இடுப்பில் குரங்குக் குட்டி ஒன்றை வைத்து
வேற்றுக் கிரகத்திற்கு வழிகாட்டி விட்டேன் போகட்டும்
என்னைக் கொல்ல
நீ செய்த சதியின் ஒரு பொய் உருவி

தேன்மொழி தாஸ்

அமெரிக்க உளவாளி நதியில் போட்டு விட்டேன்
அத்தச் சிவப்பில் கறுப்பு சாம்பலாகுவதை
சகிக்க முடியுமா
உங்கள் தற்போதைய காதலியின் புன்னகை
குறுந்தகவலில் அவள் அனுப்பிய தீமுத்தம்
இரண்டையும் கொடுங்கள்
அருகருகே நீர்வீழ்ச்சி ஆகட்டும்
வரிக்குதிரை உடல் ஒளியை
இவை அனைத்தின் மேலும் பாய்ச்சுவதை விரும்புகிறேன்
மேலும் இந்த ஓவியத்தின் உள்ளே
அம்மா ஆடு இலை ஈக்கள் என்று
என் குழந்தை படித்துக்கொண்டே இருக்கிறாள்
அவள் குரல் வேற்றுக்கிரகத்திற்குப் பறக்கும்
விண்கலத்தில் சுழலும் தங்கத் தட்டு
நீங்கள் அப்பளத்தைக் கடித்துக் கொண்டே
அந்த உளவாளியின் கண்களை
வேறு ஒரு காகிதத்தில் பொருத்துங்கள்
அல்லது உங்கள் தேசத்து மொழியை
எனது மகள் சூனுவின் குரல் பறக்கும் தங்கத் தகட்டோடு
பதிவு செய்யுங்கள்
|
Cut another paper and get in with this spaceship

☐

28.9.2017
4.10 am

☐

Experimental Poem - paper collage format - 2

சூசன் 13

சூசன் அவளது அரண்மனைச் சுவர்களை
மீன்களின் செதில்களைத் திறப்பது போல் இசைக்கிறாள்
வடக்குச் சுவரில் பல ரகசியங்களை அடைத்து
காலச் சக்கரக்கதவுகளால் மூடுகிறாள்
சந்திரனின் சாம்பல் கல் உரசி
நெற்றியில் பூசி பின்னிரவைச் சுடுகிறாள்
அல்லிக்கிழங்கின் ஆழ்ந்த நீலவாசம் இரவுக்கு
அவளது நிரம்பிய பாக்கியம் வெளித் தெரியாமல்
சன்மனசு பார்த்துக் கொள்கிறது
சந்திரக்கதிரோடு நடுங்கும் தன்னுணர்வை
பேசிக்கிடக்கும் மரப்பேழையில்
நெற்றியைப் பதித்து புன்னகைக்கிறாள்
அவள் கைவளை ஒளி சர்வபூமியையும்
மிளிரச்செய்கிறது
சிங்கத்தின் தண்டுவடங்களை
அவள் பார்வை கடக்கும் போது
கடல் ஆழம் குவிகிறது
பூர்வதினங்களின் வார்த்தைகளை
சூசன் மரித்த காளைக் கொம்புகளில் பூசி கண்களற்ற
பள்ளத்தில்
உபநதிகளை உருவாக்குகிறாள்
அதன் செவிகளை முத்தமிடுகையில் மின்னல்
எரிமலைகளுக்குள் அடிக்கிறது
அரண்மனையின் நியாயஸ்தலத்தை
நகங்களால் புரட்டுகிறாள்
சூசன்
கிழக்கை சிங்கத்தின் முகமெனத் திருப்புகிறாள்

20.10.2017
3.40 am

அகநீர்வாழ் பறவை

மழை ஊன்றிப் பெய்துகொண்டிருக்கிறது
கருங்காணப் பயறுகளாய் பெயர்ந்து
இன்றேனும் உதிர்ந்து விடாதா இரவு
கார்காலத்தின் உரிமை இடித்துக் கொண்டு ஓடுகிறது
எதனைக் கற்பிக்க இந்நேரம் சாமக்கோடாங்கி அலைகிறான்
கருத்தாளி அவன் காலடி கரும்பொன்
நினைவு சிதறுமிடமெல்லாம் பேசும் தவளைகள் கலகிகள்
ஒரு மாத்திரை அளவு
எதையோ திரும்பத் திரும்ப உச்சரிக்கிறது மனம்
எல்லையின்மையில் ஒரு பொட்டு வைக்கிறேன்
அழுந்துதல் எத்தகைய இன்னிசை
உலர்ந்த பூ சாம்பலாய்ப் புரள்கிறது
கிச்சிலி வாசனை சாளரத்தைத் தட்டுகிறது
எனக்குத் தேனீர் தர விரும்புகிறது
மேலிமையில் திரளும் ஒளித்தண்ணீர்
அகநீர்வாழ் பறவை

7.9.2017
3.03 am

காத்திருப்பு

அருகாமை அற்ற தினங்களை எப்படி அழைப்பது
தவிர்ப்பது எதிர்கொள்வது தாங்கிக்கொள்வது

எலும்புகளில் நொறுங்கி ஒளிந்து உறங்கும் காத்திருப்பு
கனவின் கதவடியில் மெல்லிய
வெளிச்சமாய் ஊடுருவி வருகிறது

காத்திருப்பின் மனதிற்குக் கனிகளையும்
காத்திருப்பின் உடலுக்குக் கம்பளியையும் பரிசளிக்கும்
கனவின் விரல்களை
கவனமாய் பகல் பற்றிக்கொண்டு
போய்விடுகிறது

பூமியை நம்பிக்கை என்றும்
பொழுதை மாயை என்றும்
நினைக்கையில்
பித்த நிறம் மாறுபடுகிறது

கண்கள்
வருத்தங்களைக் குவித்து விளையாடும்
கண்ணாடி

அவைகளுக்கு மூளையின் முடிச்சிலிருந்து ஒருவரியேனும்
காதல் கடிதம்
எழுதிவிட வேண்டும்

9.7.2016
2.53 am

இயற்கைப் பஞ்சமுக நாகம்

தில்லோலம் பாடும் பனிக்காடு
திக்குகளை மறைக்கும்
மாச்சரியமிக்க ஆண்யானை
காட்டின் பேரமைதியை இடறச்செய்யும்
பள்ளத்தாக்கின் மீதான பயம் அதன் மனநோய்மையை
மேம்படுத்தும்
பயந்தவனின் பம்பரம் சுழல்வதில்லை
அகத்தின் முடிச்சுகள் எந்த அமிலத்தாலும்
அறுபடுவதுமில்லை
உயிர்ப்பன்மை உசுப்பும் குயிலின் குரல்
சௌந்தர்யமிக்க மன்மதமொழிப் பாடல்
பெருவனம் காலங்களால் புலம்புகிறது
முதிர்ந்த பிறை அதன் முதுகில் முனகும் போது
இருளை சுருட்டிப் புகைக்கிறது
மறுநாள் என்பது எத்தகைய சுபச்செய்தி
இருத்தலின் பாதம்
புறப்படும் இடத்தில் வெறுமை இருக்கும்
இயற்கைப் பஞ்சமுக நாகம்
அதன் அகத்தை அறிய சோதனைக்கோல்
கண்டறியக்கூடுமோ
தீயின் மௌனம் குரல்களால் ஆனது
ஊமைவெயில் உளறும்
எனது அகத்தின் புன்னகை அசையா தீபச்சுடர்
தொட்டுஉணரமுடியாத ஒன்றின்
ஆவித்தைல வாசனையை அறிபவன் யார்

10.10.2017
4.10 am

வல்லபி

பூமியை ஒற்றை முலையென நினைத்து

பத்திரப்படுத்தப்பட்ட வெள்ளைச்சொல் ஒன்று
என்னை எழுப்புகிறது
பூமியை ஒற்றை முலையென நினைத்து
வேற்றுக்கிரகவாசியின் மகன்
விரல்களை நீட்டிய இரவு வெளுத்து விட்டது
கொக்கு விரட்ட வயல் வரப்புகளில்
ஓலமிடும் குழந்தைகள்
வைக்கோல் பொம்மைகளோடு
நாடகம் ஆடுகிறார்கள்
வைக்கோலின் வேதனை கால்சட்டைவழி
இறங்கி நடக்கும் வரப்புகளில்
நண்டுகள் இறந்த காலத்தின் விதைகளை
ஆழப்புதைக்கின்றன
மிளகுச் சதையாய் துடிக்கும் மனம்
பொழுதுகட்டிச் செல்லும் சூரியனிடம்
கேள்விகளை உதிர்க்கிறது
சூரியனின் புலம்பல்களோ
காலங்களையே தீய்க்கும் அளவுக்கு தகிப்புடையது
தீத் தொழிலுக்குக் கூலி தருவார் யார்
தேசமெங்கும் பலதரப்பட்ட சிவப்புக் கறை
சூரியனின் தொப்புள்கொடிக்குச் சினமேற்றுகிறது
இந்நேரம்
வேற்றுக் கிரக கன்னியொருத்தி
விரல்களை விட்டு
பனிக்காலத்தை இழுக்கக்கூடும்
வேம்படியில் மறைந்து கிடக்கிறது மிளகுச்சதை

15.12.2017
4.10 am

தேன்மொழி தாஸ்

காற்று காளான் பூ

ஒற்றை மல்லிகைப் பூவின் வாசம்
மூளையை அறைகையில் பலமான சுத்தியல்

இரவு இளகும் ஓசை
சங்கில் புரளும் ரத்த ஓட்டம்

கற்பனை முத்தம் கடல்மீன் உடல்
காற்று காளான் பூ

பித்தம் மரகதக் கல்

22.3.2017
3.52 am

யாரிடம் மன்றாட வேண்டும்

நமது மண்ணை வீரசாசனமாக
நாம் யாரிடம் பெறவேண்டும்
மனநிதானம் முழுக்கூறு பெற்றிருந்தால்
யாதும் மூலகாரணத்தோடு இருப்பதை உணரலாம்

வாவிக்கரையோரம் துன்புறுத்தப்பட்ட சகோதரனின் உடல்
எதிர்காலத்தைத் தள்ளுச்சீட்டில் தொலைக்கவில்லை
வட்டுப்போர் கொண்டு எதையும் நாம் இழக்கவில்லை
முதுமொழி தளிர் தாளவில்லை
புரட்சி சணற்சூத்திரத்தில் பதுங்குவதில்லை

இலக்கிடத்திலிருந்து யாரும் திரும்பட்டும்
இருப்பிடம் நமதல்லவா
வைரநரை நம் மொழிக்கு மின்னுகையில்
சிலந்தி நூல்மொழிகள் என்னவாகும்

கிணற்றில் கேதுதல் சூரன்கலையாகுமோ
சந்திரசாலையில் விசிறிவாழை விருந்துக்கு உதவுமோ
ஒருதலை நியாயம்
யாரிடமிருந்து யாருக்கு வேண்டும்

நிலத்துத்தி பூக்கும் தேசத்திற்கு
எங்கிருந்து வந்தார்களோ வந்தவழி போகட்டும்
நிலவிழுது பூக்கும் காலம் நாமறிவோம்

உயர்ந்த ஞானத்தைக் கேள்வி வலியோடு ஈனும்
"அப்படியே ஆகட்டும்" என்று சொல்லும் தேவதை
எதிர்காற்றில் சுழலட்டும்

எனது சகோதரனின் விலாச்சூடு தணிய
எம்குடிசை வெளியே எண்வகை கட்சிகளை
வணங்கத்தான் வேண்டுமா
ஆட்சியாளனின் பேழை தீநெறியால் ஆனது

ஒடிக்கப்படும் இறகு அழைத்தபோது
அருகில் வந்த பறவையினுடையது எனில்
புதைக்கவேண்டியது பறவையை அல்ல

5.9.2017

வல்லபி

விலாவுக்குள் ஒரு குறியீடு

என் மீது உனது ஒளிவிழும் நாளை
எதிர்பார்க்கவா
இவ்வரிகளைக் கடக்க இயலாமல் நடுங்கும் விரலோடு
மண்ணில் விட்டு விடவா
எதற்கோ
எல்லாக் காலமும்
கோடி வகைகளில் தனிமைகளை
பிரசவிக்கிறது
விலாவுக்குள் ஒரு குறியீடு பயணிக்கிறது
அக் குறியீடு பற்றி உங்களிடம் பகிர்ந்துகொள்ள
வேறு ஒரு பிறவியினை நாட வேண்டும்
இவ் வகையில் ஒப்புவிக்கப்பட்ட வாழ்வு
அழிஞ்சில் கனியில் உருளும் கருப்பு
எல்லாப் பூவுக்கும் வாசனை ஆன்மாவாக
இருக்குமென்பது குருட்டுத்தனம்
எது இன்றியும் இருப்பது வாழ்வு தான்
உருகுவதும் உடைவதும்
எதுவரை போகும்
இன்னும் எவ்வளவு நீளவேண்டும் கரம்
ஆணிகள் இறங்க
என்னிடம் இறுதிச் சொல்
இறைவனே
ஏன் என்னை கைவிட்டீர்
என்று இருக்காது

29.6.2016

பலநாள் முத்தங்கள்

மடியில் மணிமான் கதிராய் படுத்துக்கொள்
வெள்ளைப்போள வாசனைக் கைகளை உன் மார்போடு
சேர்த்துக்கொள்
சொல்மாலைகள் களைவோம்
பத்ராட்ச மரப்பூக்களாய் நமது முத்தங்கள் பூக்கட்டும்
காற்றின் உப்பை கனியச் செய்து தருவேன்
மகாமாயம் தேசத்தில் உலவிச் செல்வதை நீயறிவாய்
பூக்குஞ்சுகள் நமது தலையணை அடியில்
புலம்புகின்றன
விபரீத காலங்களை நான் விரும்பவில்லை
ஆயினும் அணைத்துக்கொள்
காட்டு முந்திரிக்கொடிகளாய் படர்ந்து விடுகிறேன்
மார்க்குழி மத்தியில் உனது உதடுகளை
சொல்லோடு பதியமிடு
வாஞ்சை உறிஞ்சிக்கொள்ளும்
அகத்தின் ஊற்றில்
ஆலங்கட்டிகளாய் வார்த்தைகள் பயணிக்கும் பாதையில்
ஒரு சமக்குறி இடு சிற்றோடையாகட்டும்
கண்ணாடிச் சதை மனம்
இன்று அதை வீட்டு முற்றத்தில் குமரிச்செடியின் அகத்தில்
வைத்தேன்
நீ எங்கோ இருக்கும் காலங்களில் இப்படித்தான்
பொழுதுகளை மறைக்கிறேன்
சீந்தில் கொடியின் சிவப்புக் கனிக்கொத்தில்
பலநாள் முத்தங்கள் உதிர்ந்தன
சுபலாலிகள் மாராப்பில் மயங்கின
நீ எங்கிருக்கிறாய்
நீடுவாழ்தல் என்பது காத்திருப்பு
மடியில் மணிமான் கதிராய் படுத்துக்கொள்

8.7.2017
12.48 am

வல்லபி

சிவப்பு

வானம் பல்கடிக்கத் துவங்கி விட்டது
ஊர்த்திண்ணை ஒன்றில்
உப்பிலியப்பன் பாடுகிறான்
"உண்ணாத சோத்துக்குள்ள
உப்பு போன திசை தெரியல
எண்ணாத நெஞ்சுக்குள்ள
உழச்ச வலி மசியல"
எரியும் விளக்கின் அடியில்
கருப்பு சுழன்றாடும் தடத்தில்
காளி புன்னகைக்கிறாள்
"காடாரம் காட்டுல
காலமழை அடிக்காதா காளி
கத்தாளச்சோறு தின்னும்
ஏஞ்சவலக்கன்னு பிழைக்காதா"
பூமியின்
பாதவிரல்களில் சொடக்கு முறியும் ஓசையோடு
அவள் புறப்பட்டுவிட்டாள்
சொக்கவெள்ளிப் பார்வை வீதி சலிக்க
விளையா நிலங்களில் வேர்வை உதிர்க்க
அவள் புறப்பட்டு விட்டாள்
சிவப்பு ரத்தத்தில் உருவெடுத்த கதைசொல்ல
சிலம்பசைக்கிறாள் காளி

30.12.2017
11.40 pm

தேன்மொழி தாஸ்

ஒரு முறையேனும்
புணருமா புகைகள்
தழுவியே தொலைத்துக் கொள்கின்றன வாழ்வை

14.7.2016

சந்திரமுத்தை இமைகளால் துடைத்து

புதிய வருடத்தின் நாட்காட்டித் தாள்
பதட்டம் நிரம்பியது
புதிய காதலியின் ஒற்றைச் சொல்
அருட்பெரும் சுடரென்ற வெளிறிய பித்து
சீந்தில் கொடி இலைகளில்
பெண்களின் இதயங்கள் விளைவதை
முன்னால் நடக்கும் கன்னிக்கால்களின்
கொலுசொலிகள்
காமத்தை
திராட்சை விதையென கசக்கி எடுப்பதை
காலத்தீ காலடியில் கனலுவதை
மென்மேலும் மெருகேற்றும் நாட்காட்டி
குலவை இடும் அதிசய முகம் கொண்டது
சந்திரமுத்தை இமைகளால் துடைத்து
நெற்றியில் வைக்கும் தனிமை
தன்னியமாய் பெருகுகிறது
விடுகதைகளின் புதிர்
குழந்தையின் அரைப்பாவாடை வட்டம்
சுற்றி அமரும் தன்மையில் மாயும்
தொப்புள்கொடியோடு மடிதேடும் கன்றின்
முழங்கால் மடிப்பாக யாருக்கேனும்
காதல் இந்நாளில் இருக்கலாம்
கழிநிலம் பிரசவிக்கும் வாசம்
ஊரின் உள்ளூறங்கும் மூதாதையர்களின்
கைவழித் தண்டுகளில் வந்தவை
ஊர்க்கோடியில் கூத்துப்பாட்டு
நாட்கள் பற்றியது
தன்பிடியற்றது ஆயினும்
கூந்தலறுகு அசையும் விதம் காற்றில் வருவது

1.1.2018
10.40pm

காலத்தின் குரல்

முடிவற்ற காலத்தின் விளிம்பிலிருந்து ஒரு குரல்
அழைக்கிறது

அதன் சேர்க்கவியலா கண்ணாடிச் சில்லுகளின் நுனிகளில்
பிரதிபலித்துப் பெருகுகிறேன்

எல்லாக் காலமும் ஒரு காயென வளர்ந்து
கனியும் முன் உதிர்ந்து போகின்றன

உப்பில் உருகும் ஒளி வலக்கண்ணிலும்
சர்க்கரையில் பாயும் ஒளி இடக்கண்ணிலும்
எல்லா பச்சையத்தையும் ஊடுருவும் ஒளி
ஆன்மாவின் உள்ளேயும் புலம்புகின்றன

பகல்
பசுஞ் சாணத்தில் முளைக்கிறது

28.5.2016

வல்லபி

தசை நினைவு

ரத்தத் தந்துகிகள் நினைவுகளை
செம்பூக்களாக்குகின்றன
அயர்ந்து கொள்ள வெண்தாமரை இதழ்
அசைந்து எழ கரும்பின் பூவாய் ஒளிக்குச்சி
தசை நினைவு உயிர்த்தெழும் போது
உயிரணுச்சுவாசம் என்ன செய்யும்
வானவில் செங்குத்தாக உடலில் நிற்கிறது
அதனைப் பறக்க விடுகையில்
கைகளையும் கால்களையும்
பள்ளத்தாக்குகளில் ஊன்றி
பூமியைத் தொழுது கொள்கிறது
துருவம் திகட்டாது
மனம் தேனீயின் இசையில் இடவலமாகச் சுற்றி
தன்னுண்மை ஒளியில்
தசமூல வேர்களாகி பின் மாயாது இருக்கிறது

24.8.2017
6 am

தேன்மொழி தாஸ்

A perfect virgin murder

ஒரே மடிப்பில்
அவள் உடல் தலையற்று இருந்தது
அடுத்த பக்கம் இருந்த கழுகின் தலை
சரியாக அவள் கழுத்தில் பொருந்தும் நேரம்
வெள்ளை ரத்தம் வெளியெங்கும் வடிவதை
நிறுத்தமுடியவில்லை
நீங்கள் எதிர்பாராத இசையை
காற்று இதன் மேல் அடிக்கிறது
இக்கொலை லேசாகப் பறக்கிறது
|
Cut another paper to do second murder
•
Experimental Poem - paper collage format

Created on 22.9.2017
2.22 pm

வல்லபி

காதலுக்கான

காதலுக்கான காற்று காத்திருத்தலே
ஆயினும்
ஆயிரமாயிரம் முத்தங்கள் தான்
காதலுக்கான தண்ணீர்
கோடான கோடி தழுவல்கள் தான்
காதலுக்கான தீ
அருகாமை காதலுக்கான நிலம்
இவை எல்லாம் உனக்கென நானிருக்கையில்
பெற்றுக்கொள்ளாமல்
நானில்லா வெளிமட்டும்
பிரபஞ்சமாகாது
பிரியனே!

13.7.2016

காற்று

காற்று வெயிலிடை காய்வது கண்டேன்
காற்றின் விரலது தோய்வதும் கண்டேன்
நேற்று... நிழலிடை ஓயவுமில்லை என்றும்
காலம் பின்னிலே பாய்வதுமில்லை என்றும்
பாடும் காற்றின் குரல்
பனைமரம் ஏறக் கண்டேன்
அக்கணமே அது
பனை இசை பயிலக் கண்டேன்
மேயும் தும்பி கண்ணில் அதன் மனம்
ஒளியக் கண்டேன்
அக்கணமே சிறகினில் காதல் கண்டேன்
காற்றின் மேனியெங்கும்
காலத்தின் காயம் என்று
காதருகே அது புலம்பக் கண்டேன்
தவிக்கும் கணமெல்லாம்
பறவைகள் குரல் பருகி
பசிக்கும் பொழுதெல்லாம்
பூவுண்ணும் புதிரும் கண்டேன்
இரவை கடப்பதெல்லாம்
இன்மையின் கண்ணீர் வழி
பனியென நீ நினைத்தால்
துறவெந்தன் வெள்ளை மொழி
பேசும் காற்றதற்கு பார்வைகள் ஆயுதமாய்
ஆடும் இலைகளை
மோகித்து முத்தக் கண்டேன்
அயர இடமின்றி தவிப்பதைக் கண்டேன்
அனைத்திலும் அதன் கரம் ஊர்ந்து
அவிழக் கண்டேன்
காற்றின் நிலை என்னை ஆள்வது கண்டேன்
காற்றென மாறிய கணமும் கண்டேன்

15.7.2016

வல்லபி

கால உளியில் பிறை

பனங்காடு
சவடுமணலில் புதையும் பாதம்
ஆவாரம்பூ சாரல்
சிதைந்த தூக்கணாங்குருவிக் கூடுகள்
கதகதக்கின்ற தனிமையின் தவிடு
மனோலயம் உசுப்பும் தைமழை
கடம்ப குங்கும அர்ச்சனைக் கனவு
வண்ணக்காடைகளோடு அலையும் வெறுமை
உரித்து எறிந்த வார்த்தைகள் உள்ளுக்குள்
உறுத்தும் பராய் மரயிலை
புகையும் மௌனம் பொன்வண்டு
மரணத்தின் பாதை துளாவும் மனம்
நாவின் ஈரத்தில் ஓங்காரம்
கண்ணில் பிரளய பிம்பம்
நிறமற்ற மூலத்தில் புதைந்து பதறும் சூரியன்
இதுவரை இங்கிருந்தது காற்று
மேலும் எல்லோருக்கும் வாழ்வு
சவடுமணலில் புதையும் எறும்பின் எலும்புக்கூடு

Cut to cut

வாசல்படி
குங்குமம் தேய்க்கப்பட்ட எலுமிச்சைகள்
ஒருசொட்டு புளித்த ரத்தம்
- cut -
ஒருபாதம்
மாலையிடப்பட்ட கெடா
சிவப்பு அருகம்புல்
- cut -
வெள்ளை வானம்
இசைத்து நிறுத்தப்பட்ட வயலின்
ஒரு பொட்டு குயில்

11.7.2017

வல்லபி

அசை இ(லை)

நிஸமக ரிஸநிஸ
இலைகள் தழுவுகின்றன
கரிரிஸ ஸநிநித
இலைகள் மெலிகின்றன
பதநிஸ ரிகமப
அசைந்து கூடுகின்றன
மகரிக மநிதப
இளைப்பாறுகின்றன
மநித மநிஸ
மனித மனம் அசைகிறது
நிஸரிக மபதநி
இலைகள் சென்றுவிட்டன
ஸ
ஸநிதத
மனம் தேடுகிறது

24.10.2016
4.06 am

தேன்மொழி தாஸ்

என்னைத் தூக்கிக் கொள்ளுங்கள்
பாதாளத்தில் இருக்கிறேன்
எனதடியில் தகிக்கும்
எரிமலையை உருவி ஆவியாக்கிவிடுங்கள்
கொதித்தது போதும் போலிருக்கிறது

12.10.2017
3am

வல்லபி

அழிக்கும் சக்தியின் விதைகள்

மறுவிசை உங்கள் காதலை
சுத்தக் குலைச்சலாக்கும் போது
கடந்த காலத்தின் நடுமுள் அதிரும்
காதலை மறுதலிக்கிறவன் மெய்யிலி
எனில்
காதலை வாசனைத் தைலமாக்கி
விரித்து மிதக்க விடுகிற ஆன்மா
உயர்வாகிய வெளி அல்லவா
நீர்மைமிக்க ஸ்தனங்களின் கண்களை
மணலென மிதித்துக் கடப்பவனுக்கு
உடலெங்கும் பூரானின் கால்கள்
இளைப்பாற சுமையிறக்கும் பெண்
சுமையையே அருந்துவாள்
அவள் மனம் லேசானதை சுமக்காது
நெடும்பயணம்
பொறுமையை உடலாகக் கொண்டது
பொறுமையோ
முக்காலங்களையும் கருப்புத்தீயாகக் கொண்டது
பொற்பள்ளத்தாக்கில் புகையும் நேரம்
மனிதர்களை விட பல்லாயிரம் உயிர்களை அதிகம்
தாங்குகிறது
இயற்கை நன்கு அறியும்
மனிதனே அழிக்கும் சக்தியின் விதைகளைத் தேடுகிறவன்
வெளியின் அந்தம்
சிவப்புப்பாறைகளை பூமியின்மேல் பிரசவிக்கும் நாளில்
தாய்நாட்டின் சாதிகள் அழிந்து

சகல தேசத்தின் மதங்களும் கருஞ்சாம்பலாகும்
மொழிகளின் கேவல்கள் பூமிக்கடியில் பூக்கும்
அதுவரை
அறுவடைகாலத்து வயலின் காந்தியும்
ஆறுகளின் கால்களும்
பின்னோக்கிப் பாய்வதில்லை
விதைகள் இரவுகளை இருகரங்களாக்கி விரிவதும்
பின் பகல்களை கிளைகளாக்குவதும்
மரணத்தின் சூட்சுமத்தை மலர்களில் தருவதும்
பரமகாரியங்கள்
புளிக்கூழுக்குப் பிந்தய சக்கையில்
வார்த்தைகள் இதயரேகையின் கோடுகளால் ஆனவை
மேலும் அது பெண்ணின் வாழ்வைப் பாடுபவை

4.3.2018
4.50 am

சூசன் 7

இன்றைக்கும் அந்த
ஒற்றை வளையலை
ஏன் சுற்றிக் கொண்டிருக்கிறாய்

சூசன்
என் ஒளித்திரை அது
விட்டுவிடு

இன்னும் எத்தனை காலங்கள்
இரவைமூட
என் மூளைவேலிகளில்
நேர்க்கோடுகளைவரைவாய்

இருள்காடுகளெங்கும் பரவும் நீநுண்மம்
உன்கழுத்தருகே ஊர்ந்துவருகிறது
சூசன்

ஒரு சொல்லை ஒடித்து
காணிக்கை இடத்தெரியாதவளிடம்
மேகப்பிஞ்சுகளை அள்ளித்தருகிறாய்

யானைகள் தனது சாம்பல்நிறங்களை
உதிர்த்து நடக்கையில்
உனது நுதலெலும்பு நகர்ந்து தாமரைப்பூவானதேன்

ஒரு சொட்டுத்தண்ணீரின் ஒளி
வெளியை உருக்கிக் கைப்பந்தம்ஆனபோது
நீ ஆட்டுக்குட்டியானதேன்

இன்றும் உன்
வர்க்கமூலமாகிய இருள்
விடியற்காலம் ஆனது ஏன்
சூசன்

9.7.2017
4.10 am

காந்தப் புலம்

பறவையின் குரல்
காதில் விழும் போது
செவிப்பறையில் சந்திர கிரகணம் ஏற்பட்டு
பின் அது மறைவது அகநிழலில் தான்

நமது காதலின் காந்தப்புலம் பற்றி
அப்பறவை பேசிச் செல்கிறது

காத்திருப்பது
காதலின் ஈரப்பதத்தை
காற்றின் ஒத்திசையில் இசைப்பது

காதலை வெறுமையில் கண்டடைந்த போது
அதை நிறையும் நீர்மை என்றும்
நீர்மையே நித்தியம் என்றும்
புறநிழல் புன்னகைக்கிறது

3.1.2017
7.34 pm

வல்லபி

கவிஞனின் கவுரவம்

கவுரவம் கத்தரிப் பூக்கள்
கிளைகள் சாய்க்கப்படும் முன்
உருவம் எனும் வாழ்வு பெறும்
வாழ்வு தரும் யாவும் மடிய முயற்சித்து உயிர்க்கும்
சங்கீதக்காரனின் தோல்வி
வாத்தியக் கருவியின் வேர் ரகசியம் அறியாமை என்று
எளிதில் சொல்லமுடியாது
நாளமில்லா சுரப்பிகளிலிருந்து நாதம் அள்ளியெடுப்பவன்
நான்கு சந்திகள் கூடுமிடத்தில்
தற்கொலைக்கான இசைக்குறிப்பையும் எடுக்கக்கூடும்
மாயவித்தைக்காரன் பறக்கவிடும் புறாவிற்கு எழும்
கரவொலி
கொலைசெய்யப்பட்ட புறாவின் இரங்கல் பாடல்
அவனது கவுரவம் கொலையை மறைத்தல்
குறிப்புகள் ஏமாற்றுவதை மையமாகவும்
இறுதியில் அதன் விளிம்பிலும் முடிக்கப்படும்
மாயை என்பதை மறைப்பவன்
மந்திரக்காரனும் கூட
செருப்புத் தைப்பவனின் கவுரவம்
முப்பிரி நூலும் அவிழா முடிச்சும்
கட்டிடக்காரனுக்கு அளவும் கல்லும்
நாத்திகவாதிக்கு நாக்கும்
நம்பிக்கைதரும் சொல்லும்
அகதிக்கு வறுமையைப் புதைத்தல்
திருடனின் வழி தப்பித்து மறைதல்
பைத்தியக்காரனுக்கு மனதைத் திறத்தல்

கவிஞனின் கவுரவம்
சில சொல்லை மறைத்து சொல்லைப் படைத்தல்
சொல்லை அணுவாய் உயிர்ப்பித்தல்
தற்கொலை மறைத்தல்

2.9.2016

தேன்மொழி தாஸ்

சூரியனின் நிலா

எத்தனை நிலவுகள் என்னிலிருந்து வழிகின்றன
ஆயினும் நீராலான நிலவுகளால்
இவ்விரவுக்கும் ஒளியேற்ற இயலவில்லை
சாம்பல் நிறத்தில் இளகுகிறது மனம்
கதவருகே நின்றுகொண்டு நினைவுகளோடு பேசுவது
காட்சிப்பிழையாகவேனும் நீ
வந்துவிடுவாய் என்பது தான்
பின்னிரவுகள் பின்னப்போதும் கதவுகளே
எவ்விரவிற்கும் பின்னணி இசை
மின் விசிறியின் சிறகு இசைப்பதே
அதனை நிறுத்துவதற்கு
சுவர்களின் ஏதேனும் ஒரு துளை வழியே
உன் விரல் சூரியக்கதிராகி வந்துவிடும்
அவ்விரல்களில்தான்
எத்தனை சூரியன் உன்னிலிருந்து
உதிக்கின்றன

7.9.2016
1.33 am

வல்லபி

நிதத்துரு

யாருக்காக போராட நினைக்கிறோமோ
அவர்களின் துர்மனம் நமக்கு
மண்ணில் புதைக்கப்பட்ட
மிருகத்தின் சதையென
அறியப்படும் போது
அறிவின் ஆணிவேரில்
பழுப்பு நிறம்

யாருக்காக
நம்பிகையின் கோல் கொடுக்க வார்த்தைகளை ஞானத்தில்
எரித்துப் புடமிட்டு வார்க்கிறோமோ
நமதுயிரை அவர்கள் வார்த்தையால்
கருக்கும் போது
ஞானத்தின் கூர் புரட்டப்பட்ட கருப்பை

யாருக்காக உடலின் உப்பை
கனியச் சொல்லி படைக்கிறோமோ
அவர்களுக்கு அதன் ருசி
சுவைக்கவியலாத நிலா

நம்பிக்கையின் தலைப்பக்கம்
நிதத்துரு
துரு

22.7.2016
3.53 am

தேன்மொழி தாஸ்

Halfway - //who murdered her First //

She is dead
//
You mean murder
//
Don't ask any more
//
I can smell her on you
//
அதை வேறு விதமாக சொல்லியிருக்கலாம்
//
Do you want me to hate you
அதற்கு சாத்தியமேயில்லை துளியும்
//
வியக்கத்தக்க விதமாக
மிருதுவான ரொட்டித் துண்டை அவநம்பிக்கையின்
அடையாளம் என்கிறாய்
உனது அபத்தமான சிந்தனையின் உச்சியில்
ஒரே ஒரு சொல்லினால் விளக்கேற்ற முடியும் என்னால்
//
Still you remember
//
"I cannot breathe without you."
///
நீ சுவைத்துக் கொண்டிருக்கும் பெண்ணின் விரல்களின்
நகப்பூச்சை அகற்றச் சொல்வாயா
//

வல்லபி

The pleasure is all mine
//
சுழன்று கொண்டிருக்கிறது
It was my knife
//
அவனுக்குள் கனலாக இருக்கும் ஒன்றை
இருளில் ஊதிப் பெருக்கினாள்
//
I was your first man
But you are not my first woman
//
ஆணின் கண்ணீரில் வடிவது
பெண்ணின் அகம் என்றபடியே
அவன் மது அருந்தினான்
//
Can I get you some fresh water and another drink?
//
அவளது அகத்தில் வழிந்த சாறு
//
கடினமானது தான் சுவைமிக்கது
எனச் சொல்லத் துவங்கும் நேரம்
அலுமினியத் தகடின் நிறத்தில் காதல்
//
அறை எண் 108 என்று அவன் எழுதி மறைத்தான்
//
வரலாற்றுச் சிறப்பு மிக்க ரகசியம் ஒன்று
அடுத்த அறையில் கையெழுத்தாகிறது
//
I will tell you the story of ...
//
அவசியமில்லை
//
அவள் புன்னகை சிறகசைக்கிறது
//

Hope the white dove still alive
//
(அவள் இறுதியாகச் சொன்ன வார்த்தை)
Love her

●

Cut - To

●

16.9.2017
2.44 am

Who Murdered her First - Script by Thenmozhi Das - My 3rd Experimental Poem

Script - Halfway narrative style (hidden shorts)

இயல்மொழி

கைவிடுதல்
கொய்தல்
கொலைநகம் வளர்த்தல்
கூட்டுக்கால் கட்டுதல்
குரல்வளை கசக்குதல்
அகம் சிதைத்துப் பிடரி உயர்த்துதல்
அதிமதுரக் குரலால் தூபம்காட்டுதல்
அரிதாரம் பூசுதல்
அளவு குறித்தல்
ஏதும் என்னிடமில்லை

எனது நிலத்திற்கான நித்திய வைராக்கியம்
உயிர்ப்பித்துக் கொண்டேயிருக்கிறது

நான் என்பது
தனது இயல்மொழியை விட்டுவிடாத
சிவகரந்தைப் பூவாகக் கூட இருக்கலாம்

15.9.2017
9 .10 am

தேன்மொழி தாஸ்

நமக்கான நியாயம் தாயத்து

அவர்களுக்கு

நான்கு கால்களை வழங்கினோம்
அவர்களோ அகங்காரத்தைச் சூடி
நகரைச் சுழற்றினார்கள்

அவர்களுக்கு நீலத் துளியால்
பொற்காலம் செய்தோம்
குழப்பங்களை விதைத்து
சூரியக் கதிர்களையும்
அறுவடை செய்தார்கள்

ஒரு திட்டத்தில் முளைத்த பொய்
நாட்டை அசைக்கப் போதுமான நோய்
புகைந்துகொண்டிருக்கும் போது நழுவும்
உண்மையின் உள்த்தண்டில்
நமக்கான நியாயம் தாயத்து

நம்மிடமேதான் இன்னும் இருக்கிறது
அவர்களின் நான்கு கால்கள்

ஆள்பவர்களின் செல்வம்
யாசகத்தின் மேல் அடிக்கப்பட்ட தங்கமுலாம்

மனிதனின் மூளை விசித்திரக் கோள்

சூரியனுக்கும் மேலே சுழலும்
இரும்பு மலைகளை
இப்போதே கண்காணிக்கத் தொடங்கினால்
பூமி பிழைக்கும்

16.3.2017

எப்பக்கம் புதையலாம்

கனவிற்கு மெல்லிய தோலுள்ள தேகமும்
செப்புக் கம்பியின்
அதிர்வுகொண்ட குரலும் உண்டு
வாக்குமாறாதவர்கள்
தந்திரக்காரர்களின் எதிர்துருவமாகிப் போவது
தத்துவ தரிசனம்
சதுரப்பிரண்டையின் நார் போல
நாடு உரிக்கப்படுகிறது
இதுகுறித்து
யாருக்குக் கடிதம் எழுதலாம்
வீடுகளின் புறம் இடிந்து விழுகையில்
அகத்தை
சுருட்டுப் புகையிலையாய் நாம் யாரிடம் நீட்டலாம்
காதலை வியர்வையாய் உணர்பவர்களிடமிருந்து எப்படி
காதலாய் ஆவியாகலாம்
முக்கோணத்துள் மூழ்கியிருக்கும் வாழ்வில்
எப்பக்கம் புதையலாம்
ஓங்கி எரியும் சுடர் அடியில்
அறுபத்து நான்கு நீலக்கீற்று பாய்கையில்
எதனை எந்த உச்சியில் விடலாம்
நாவின் சூடு
குகை ஓவியத்தின் உயிராய் நடுங்குகிறது
நண்பர்களே
பூவின் மடல் வெளிச்ச சாஸ்திரம்
பெண்ணின் கருப்பை காலம்
கேளுங்கள்
காலாடுதண்ணீர் கூட அற்ற ஊரின் பாடல்
சாம்பலிலிருந்து உயருகிறது
கற்பூரவல்லியின் வாசனை பெய்தால்
மழையோடு கண்ணீரும் உதிரும்
எதனடியில் எதனடிப்படையில்

எப்படி விட்டோம் உரிமைகளை
இக்காலத்தில் ஏன்
தராசுகளின் முட்கள் வானமார்க்கத்தில்
அதிகம் செல்கின்றன
வளர் இருள் தண்டில்
வஞ்சனையின் பற்றுக் கம்பிகள் சுருள்கின்றன
ஒத்தையடிப் பாதை
ஒப்பிலாத கனியாக யாவருக்கும் கனியும்
நம்பிக்கைக்குக்
கடினமான தோலுள்ள தேகமும்
வைரக் கம்பியின் அதிர்வுகொண்ட குரலும் உண்டு
மேலும்
வளைந்த முதுகும் முனகி உதிரும் நரையும் உண்டு

17.7.2018
11.31 pm

வல்லபி

கருப்பு வெள்ளை

இன்றொரு நாள் என்தேசம்
கருப்பு வெள்ளை காகிதங்களைப் பற்றி
அதிகம் பதறுகிறது

விவசாயிகள் கடைத்தெருவில்
ஒப்பாரி வைக்கிறார்கள்

முத்தொழில் செய்கிறவனும்
செல்லாத பணத்தோடு சிக்கிக்கிடக்கிறான்

ஆயிரம் ஆயிரம் மதுக்குப்பிகளை
சுலபமாய் விற்கிறார்கள் மதுப்பிரியர்கள்
சந்தோஷத்தின் எல்லையில் தள்ளாடுகிறார்கள்

விதைகளை சேகரித்தவன்
மிஞ்சிய மண்ணை முகர்ந்து சிரிக்கிறான்

கோயில் பூசாரி யாதொரு பதற்றமுமின்றி
காமாட்சி அம்பாளை அலங்கரித்து தட்டில் விழும்
சில்லறைகளை விபூதியோடு கும்பிடுகிறான்

பிச்சைக்காரன் யாதுமறியாமல் வழக்கம் போல் கைநீட்டி
வழக்கத்திற்கு மாறாக
வசைகளைப் பெற்றுச் செல்கிறான்

மோடி யாரென பல வெள்ளந்திகள்
கேட்கிறார்கள்

பல நிறங்களில் பணத்தை மாற்றப் பழக்கப்பட்டோர்
சலனமற்று இருக்கிறார்கள்

கிராம மக்கள் ஏமாற்றுத் தொழில் செய்ய
எத்தனிக்கிறார்கள்

நகரத்தின் நுரையீரலில் இன்று பணவீக்கம்

தேன்மொழி தாஸ்

வெற்றுத் துப்பாக்கிகளை ஒத்த சிந்தனைகள் கூட பல
கொலைகளைச் செய்யவல்லது

மற்றொரு நாள் செய்தி என் தேசத்தில்
சிவப்பு வெள்ளையில் இருக்கும்

இன்றைய கறுப்புச் செய்தியில்
எண்ணெய்க் கிணறுகள் வற்றுகின்றன

எனது தேசமே நகரமே கிராமமே
மோசடியையும் மோடியையும்
பேசிக் களிகூறுங்கள்

பாயும் தன்மை கொண்டதெல்லாம் வீழ்வதற்கு

9.11.2016

வல்லபி

ட்

ஒரு தேசத்தின் வரைபடத்தில் இரண்டு கால்கள் நடந்து வருகின்றன
சத்தம்
ட்
ட்
ட்

வடமேற்கிலிருந்து தெற்கே திரும்ப
ட
தென்மேற்கிலிருந்து கிழக்கே திரும்ப
ப
ஒரு குச்சியோடு முக்காலி
முக்காலத்தை
அளக்கிறது
குச்சியோடு கடிகாரம் கால்கள்
கால் ஓடுகிறது மணித்துளிகள் தேசம்
நொடிக்குச்சி ஓடுகையில்
சமயம் ஏழு தாண்டி
கால் ஓயவில்லை
ட்
ட்
ட்
இருண்டது

இன்னொரு தேசத்தின் வரைபடத்தில் குறுக்குக் கோடுகள்
அத்தனையிலும் நூலாம்படை
ஒரு கை அதைத் துடைக்கிறது
நதிகள் பாயத் துவங்குகின்றன
விரல்
ஒன்று பூமத்திய ரேகை
இரண்டு பாலைவன வகிடு

தேன்மொழி தாஸ்

மூன்று முக்கடல்
நான்கு குறுக்கு வெட்டு
ஐந்து பூதம்
விரலில் கிளி
சத்தம்
ட்
சுவை
ப்ட்

வேறொரு தேசத்தின் வரைபடத்தில் கண்கள்
அதே நடைச்சத்தம்
ஒளி பால்மம்
மென்னீர் குரல்
கருநெல்லிக் கண்கள் அத்தேசத்தின் ஆறு

16.1.2017
7.17 pm

பூம்புகை மூச்சு

பிள்ளைச்சொல்லில் தாய்ப்பால் ஊற்றுச்சுவை
கன்னிச்சொல்லில் வெட்கம் தூக்கணாங்குருவிக் கூடு
வெட்டுச்சொல்லுக்கு தத்துவ ருசி
கண்ணீரின் சாயை வீணை நரம்புகளில் இழையும் சாரை
கதம்பச்செண்டு போன்றதே நடப்பதெல்லாம்
வாழ்நாட்களில் வசம்புக்கிழங்குகளின் முயற்சி
உள்ளே வலஞ் சுழல்காற்று
பூமத்திய ரேகைகளில் மனிதச் சதை வாசம்
இருத்தல் கொடியாலமைந்த வீட்டில் தொங்குதல்
மணலாற்றின் கருணை பூம்புகை மூச்சு
முத்தங்கள் முகம் மறைதல்
இங்கிருந்து விடைபெற ஏழு நொடி
அப்போது ஓரறிவில் அரைபாதி இருந்தால்
உயர்வாக உறையலாம்
பார்வை நரம்புகளில் புன்னகையின் சுருக்கக் கோடுகளை
விட்டு விடலாம்

14.9.2017
7.17 pm

தேன்மொழி தாஸ்

பூ புரண்டு படுப்பதை
உதிர்தல் என்று நம்புகிறோம்
இருக்கட்டும்
மரங்களின் வேர்கள்தான்
மின்னலென தரிசனமாகிச் செல்கின்றன
என்று வணங்குவோம்

24.12.2016

வல்லபி

மனக்கலக்கத்தின் துருநகம்

என்னை உருகவிடுவது அது
காற்றில் தள்ளாடவும்
தூளுக்கு ஒப்பாகப் புடைப்பதும் அது
பாதாளத்தின் பாத அணுக்களில்
ஒரு தராசினைப்படைக்க வேண்டும்
மாயையிலேயே நடந்து திரியும்
தனிமையைப் பின் எதில் நிறுப்பது
துக்கத்திற்குத் தொடுபதம் யார் பார்க்கக்கூடும்
சூரியன் பிரகாசிக்கும் போது
சந்திரனின் சாம்பல் கிண்ணம் கவிழ்ந்து
என் வலக்கையை முத்தமிடுகிறது
எந்நாளும் எந்நாளும் உண்ணத்தகாத புகையாய்
அது மேற்கில் இடறுகிறது
என்னுள்ளே
பெண்மைக்கு பதிலாக பொன்முள்ளும்
கருணைக்கு பதிலாக களைச்சொல்லும்
ஏன்முளைக்க மறுக்கிறது
மனக்கலக்கத்தின் துருநகம் பளபளக்கிறது

10.11.2016
3.21 am

யோகமாயா

அவள் அநீதிகளை கோடரியால் வெட்டிக்கொண்டிருந்தாள்
பெருமூச்சினை வெளியாக்கிய
அதற்கும் முந்தைய காலத்தில்
கரும்பாறைகளால் தலைகொய்து நீதி ஏந்தினாள்
வழக்காடும் வழிதனை
நீரின் நித்திய வெள்ளியால் பிளந்து படைத்தாள்
மண்ணாலான மதிலுகளின் உறுப்புகளை
சினம் தீர மென்று துப்பினாள்
காதுகளை
கேள்விகளின் மூலக்குறியாக வாட்டி வடித்தாள்
மரணத்தை நிறுத்தி வைக்கும் வித்தைகளை
ஓரெழுத்தில் சுருக்கிப் பறக்கவிட்டாள்
தீர்மானத்திற்கு வெளியேயும்
தீயினால் மையிட்டாள்
சூரியக்கதிர்களால்
முலைக்காம்புகளைத் தீட்டி வைத்தாள்
பிறைகளுக்கு பாலூட்டியே பொழுது சமைத்தாள்
தவமெனும் செயலுக்குக் கருவறையை நிலமாக்கினாள்
உள்ளும் புறமும் உதிப்பதை எல்லாம் உடலாக்கினாள்
வாரங்களைப் பூக்களாகவும்
மாதங்களை கன்றுகளின் கண்களாகவும் மலரச்செய்தாள்
முதுகின் வலிகளுக்கு பாம்பின் உயிரூட்டினாள்
யோகமாயை
காண்பதில் ஒளியும்
காணாததில் இருளுமானாள்

10.3.2018
6.10 am

வல்லபி

அம்மா கனவில் வருகிறாள்

வீடு திரும்பிக் கொண்டிருப்பதாக
பூமிக்கு புதிய வஸ்திரம் தைத்துக் கொண்டிருப்பதாக
பூக்களுக்கு சாயமேற்றும் நீராக
ரத்தத்தில் வழுக்கி விழுவதாக
தனது பிள்ளைகளின் நாமங்களைப் பாடும்
உடலற்ற குரலாக
வார்த்தைகளைப் பாறைகளிலிருந்து எடுப்பவளாக
சூரியனின் பற்களுக்குத் தைலம் கொண்டு செல்வதாக
வீட்டுக்கு மலையூற்று நீர் தெளிப்பதாக
வீழும் மரங்களைத் தாங்கிப் பிடிப்பதாக
மின்மினியின் வயிற்றில் ஒளியாய்க் கசங்குவதாக
விதைகளாகிச் சிதறுவதாக
சிலையாக
பசிகளைச் சிலுவையாக வரைபவளாக
வெளியைக் கைத்தடியாய் சுருட்டுவதாக
வெற்றிலைக் கொடியின் குருத்தாக
மரணத்தை ஒடிப்பதாக
வாசல்படியில் கண்களாக
உச்சி வகிடில் முத்தங்களாக
பட்டாம்பூச்சியின் அமைதியாக
முத்திரைகளில் நிற்பதாக
நட்சத்திரங்களை ஒழுங்கு செய்வதாக
அக்கினிக் காட்டை வலக்கரத்தில் ஏந்தியவளாக
இடக்கரத்தில் குளிர்காலத்தைத் தாங்குவதாக
அம்மா கனவில் வருகிறாள்

10.2.2018
6 am

தேன்மொழி தாஸ்

விரல்கள் எக்காலத்திற்குள்ளும் நடக்கும்
அதன் நிழல் பசும்பொன் குச்சி

10.2.2017

வல்லபி

எப்படியாவது பாடிவிடு பறவையே

எப்படியாவது பாடிவிடு பறவையே
வெளி எத்தகைய கூர் ஆயுதம் என்பதை
திக்கற்று தீட்டப்பட்ட ஆயுதத்தில் பயணிப்பதை
தீக்குன்றுகள் எதிர்ப்படுவதை
உறைமழையின் கடினத்தை
நீரின் நித்திய தாகத்தை
நிலத்தின் தழும்புகளை
பாதாளத்தின் மென்மையை
காடுகளின் நியாயப்பிரமாணத்தை
வாழ்வின் ஆயல் மொழியை
கூட்டின் இளமையை
காற்றின் உடல் ருசியை
காலத்தின் கருந்தகடுகளைச் சுழற்றி
எப்படியாவது பாடிவிடு பறவையே

13.3.2018
10.23 pm

சுழல்

பூமியின் அகத்தில் கனலுகிறது
அதனதன் தன்மையில் உயிர்ப்பு
வெறிகொண்ட தணலும் குளுமையுமே
தூய்மையான சலனமின்மையின் கைகள்
சுழல் ஆளுமை மிக்கது
தன்மையை விட்டு அகலுதல் மரணம்
இசையின் கதிர் விளையும்
அதன் முற்றிய பாலையே அருந்துகிறோம்
வாசனை மிக்க சொல் அகத்தில் மலருகையில்
கண்ணுக்கெட்டாத புலத்தில்
வெள்ளி வீதி நேராகச் செல்லுகிறது
எதனுள்ளும் ஊடுருவ அதனால் கூடும்
இவ்விடம் ஒற்றைப் புள்ளியின்
சுத்த வெளிச்சம் உடல் எனில்
அங்கு நான் என்பது இருப்பதில்லை

27.1.2018
2.41am

வல்லபி

காளி

இருளுக்கு இணை ஒன்று நீயே காளி ஈசன்
அருளுக்குத் துணை ஒன்று நீயே காளி
முதல் என்று முலைமுகம் உண்டேன் காளி
முடிவென்ற காற்றின் அகம் கண்டேன் காளி
முழவின் மார்ச்சுனை நீயடி காளி
அழலின் தேன்சுவை நீயடி காளி
நிழலின் நீளிடை நிறையும் தனிமையும்
நித்திய வெறுமையும் நீயே காளி

ஏகமாய் எதனிலும் நிற்பாள் காளி
ஏக்கத்தின் தண்டிலும் அசைவாள் காளி
பாயும் சிவப்பினில் வெம்மை காளி
சாயும் நிலவினில் குளிர்மை காளி
மாயத்தை யாழ்கொண்டு மீட்டுவாள் காளி
காமத்தை சூல்கொண்டு வீழ்த்துவாள் காளி
உயிர்களின் புத்தியின் மத்தியில் சுற்றும்
ஜோதியின் நீல நடனம் காளி

உண்மையின் நெடுமை எங்கிலும் காளி
பன்மையின் தொடுதல் இசையே காளி
அருநிலை அதிலும் கருணை காளி
அருந்தமிழ் மொழியே அன்னை காளி
நெஞ்சத்தின் சன்னதச் சந்தம் காளி
எல்லையில்லா வெளித் தாண்டவம் காளி
புள்ளியில்லாப் புதிரும் அதிரும்
பொன்னொளிப் பிழம்பே பெண்மையே காளி

ஆறாதாரம் நீயே காளி ஏழு அகிலத்தின்
மூலாதாரமும் நீயடி காளி
அக்கினிக் கருவறை அன்பே காளி
ஆதி அந்தத்தின் தொடரொளி உயிரே காளி
தூபப்பூ புகையும் ஒலி உள்ளே காளி
தும்பைப்பூ நகையும் தகையும் காளி
ஈரற்குலை அதிர்ந்தாலும் இரவே உதிர்ந்தாலும்
கண்ணீரின் அகநிலை அம்மை காளி

●

இருளுக்கு இணை ஒன்று நீயே காளி
ஓம்

●

வல்லபி

தை

கண்திறக்காத நாய்க்குட்டியின் அகத்தில்
தாய்ப்பால் வாசனை
சூரியனைப் பாதியாக வெட்டும்
தாமரை மொட்டின் மகரந்தக் குகையினுள்ளே
வாசனையின் ஓவியங்கள்
இரவெல்லாம் அலையலாம்
தேசத்தில் புழங்கும் நாணயங்கள்
காலத்தைக் குருடாக்கும் முயற்சியில்
கைமாறுகின்றன
தை தகிப்புடன் வழிகிறது
மஞ்சள் பூசணி சமைத்து
சூரியனுக்குப் படையலிட்டு நிமிரும்
பெண்ணின் முந்தானையில்
சிறுவாடாகச் சேர்த்த சில்லரைகள்
பிரார்த்தனைகளாக வீழ்கின்றன
முழக்கங்கள் பெருகும் இத்தேசத்தில்
ஏதுமறியாது கோலத்திற்கு புள்ளிகள் இடும்
சிறுபிள்ளையின் கண்களில்
மாயத்தின் மத்திமச் சூடு குடியேறுகிறது
குறுக்காகக் கட்டப்பட்ட கரும்புத்தோகை ஏற்றிச் செல்லும்
மாட்டுவண்டி
நேற்று இறந்தவரை கொண்டு சென்ற சாலைக்காட்சியை
நினைவிலிருந்து அகற்றி
சத்தங்களாக்குகையில்
வணிகன் பாடிச்செல்கிறான்

"ஆட்டுப்புழுக்கைக்கும் அரச்ச மஞ்சளுக்கும்
அஞ்சாறு மாசமா தகராறு
மூக்குப்பொடி முன்னப்போல காரம் இல்லனு
பொட்டிக்கடக்காரரோட வரலாறு
ஒடஞ்ச முட்டைய பாதிக்காசுக்கு வித்து
வெளஞ்ச வெண்டைய முக்காவாசி வித்து
வீடுதிரும்பினா
மனச
வெள்ளாவில வக்கிறான் கடன்காரன்"
தை செங்கரும்புச் சக்கைகளை எறும்புகள்
சுமக்கின்றன
கண்திறந்த பூனைக்குட்டி வெண்மையைப் பிடிக்கிறது
நிழலைப் பந்தாடி மகிழ்கிறது

14.1.2018

தைலா

யாருமில்லை
யூக்கலிப்டஸ் மொட்டுகள் நெற்றி திறந்து
மகரந்த நரம்புகளில் பாடுகின்றன
அந்த வாசனைமிக்க பாடலை
தைலா
எனப் பெயரிடவும் யாருமில்லை
விரல் குவித்து பேய்க்காளான்
நிலத்திடம் தன் துறவுநிலையைச் சொல்கிறது
பனிக்கட்டியாய் வளர்ந்து நிற்கும் மந்திரக்காளான்
மௌனத்தைக் குரல்வளையாய் வைத்திருக்கிறது
மரத்தின் பொந்து வானத்திற்கான வலை
சிற்றோடையில் பெண்ணின் சாயல்கள் தலைகீழாகப்
பயணிக்கின்றன
குளிர்ந்த கண்கள் காட்டின் ஊடே கூழாங்கற்கள்
மேலும் அதற்குத் தைலாவின் வாசனை

7.2.2018
5.30 am

மனவைரம்

வானகத்தின் வால்
இருத்தலின் மாய ஊஞ்சல்
ஊருணியின் ஒற்றைக் கால்
கீழ்நோக்கி மிதக்கிறது
ஞானத்தின் ஊற்றிலிருந்து எடுக்கப்படும்
கள்ளமடை
பாயுமிடமெல்லாம் வெப்பமே முன்னெழும்
வயிறுநோவு கொண்டவன் வீசும் வார்த்தை
கருங்கலத்தில் தீய்ந்த வெங்காயத்தோல்
சேவலின் நாடகம்
முட்டையின் ஈரம் காயும் முன்
புணர்ச்சிக்கு முந்துவதன் தனிச் சூது
சூதும் சூறையும் கவனிக்கத்தக்க ஆண்மை
புதிரான அரசியல் ஒலியதிர்வு
மேலும் வெந்தமுள் அதன் மாமிசம்
மனவைரம் என்பது
சொல்லில் தொடங்கி சொல்லால் இறுகுவதாகும்
கருக்கப்பட்ட சொல்லை சாம்பலாக்குவது
விதைக்கப்பட்ட சொல்லை அறுக்கமுடியாத
இயலாமையே
கண்வரி படரும் விதமாய்
கலையும் மேகம் வெள்ளிச்சுடர்
விலாமிச்சை வேரின் வாசம்
வால்நட்சத்திரங்கள் காணாதது
பெண்ணின் விலாக்கொடியில்தான்
அகிலத்தின் சர்வ அரசியலும் தொடங்கும்
எடைகட்டுதலுக்கு செதுக்கப்பட்ட ஆதிக்கோல்
அவள் கையில் இருக்கிறது
அதன் வளையங்கள் கருணை மிக்கது

10.1.2018
06 .40 am

பிறை நிலவிலிருந்து மேகம் புடவையாக வீழ்வது

எப்படியும் வந்துவிடுகிறது ஒரு கிளை
ஏசுதாஸ் குரலோடு
ஏக்கங்களின் அழுத்தங்களில் பனிபெய்ய
வலி பொங்கும் நுரைகளை
வார்த்தைகள்தான் கொதிக்கச் செய்கின்றன
எதிரொலி அத்தாட்சி தானே
வெட்டி முளைத்த இளம் கேசம்
திமிறி நோக்கும் போது
கற்பூர வெற்றிலைக்கொடி கூட அதன் கற்பனையின்
அடிவேரில் அசையலாம்
காரணங்கள் நேர்க்கோடுகளாகவோ
வளைவுக் கோடுகளாகவோ இருக்கலாம்
புளிக்கூட்டின் உள்ளே புளிப்பு நடனமிடுவதையும்
கரும்புவயல் தீப்பற்றும் போது இனிப்பின் வாசம்
கருமையான நிறத்தில் கேவுவதையும்
நாம் உணரலாம்
பசும்மஞ்சள் நிறமேகம் வானில்
தாகத்தை உதிக்கச்செய்கிறது
கலத்தல் பெரும்பாலும் ஒளியின்றி இல்லை
பிரிதல்
பிறை நிலவிலிருந்து மேகம் புடவையாக வீழ்வது
அவ்வளவு தானே
எப்படியும் வந்து விடுகிறது நள்ளிரவில் ஆந்தை

திசைகளின் கணித வடிவங்களுக்குள்
அலறுவதற்கு
மேலும் முதுகில் கண்வைத்து இரவை அளப்பதற்கு
எப்படியும் வந்துவிடுகிறது பகலும்
நமஸ்தேஸ்து மஹாமாயே ஸ்ரீபீடே ஸுரபூஜிதே
எனும்
மந்திரவரிகளால் வாழ்வை நெய்வதற்கு

15.3.2018
2.22 am

வல்லபி

பூமி கணித இதயம்கொண்ட நூல்கண்டு

இப்படித்தான் ஓடிவிடுவார்கள்
கண்ணுக்குப் புலப்படாத புள்ளியில் புணர்ந்து
மிகப்பெரிய மாத்திரைகளில் ஒளிந்து கொள்வார்கள்
தனிமை அணிந்த உடல்களால் சுடர்ந்து
தகிக்கும் ஒரு பாடலின் கண்ணிகளில்
கண்திறப்பார்கள்
ரத்தத் துளிகளைக் கோர்த்து அணிந்து காற்றின் அந்தரத்
தோணியில் பறந்தபடி
நரம்புகளை உருவி இசைப்பார்கள்
நான்காவது கண்ணை அடைத்து சத்தியம் செய்வார்கள்
எழுத்துக்களை எழுப்பி நடக்க வைத்து
பாறைகளைச் சுழற்றி அதற்கு வேர்களைப் படைப்பார்கள்
நீந்துதல் பறத்தல் உறங்குதல் மாய்தல்
யாவையும் திரித்துப் பூவாக்கி
வெள்ளிச் சுனையாக்குவார்கள்
பூமி கணித இதயம் கொண்ட நூல்கண்டு
அதன்மேல் அவர்களோ நெல்பூவாய் நடப்பார்கள்
நுண் கருவியும் இவர்களைக் காணாதபடி கருங்கோல்
ஏந்துவார்கள்
கடல் அரைவட்டத் தகடாக வீசிச் செல்வதை நீங்களும்
காண்பீர்கள்
நிலத்திலிருந்து கிளையின்றி பூக்கும் தண்டுகளில்
நீலக் கண்கொத்திப்பூ பூக்கும்
அந்தக் காலத்தை அளந்து முறையாகப் பிரித்து ஒருத்தி

ஊற்றுவாள்
பூமியின் வேரை அவள் இழுத்து
தலைக்குப் பின் சூடுவாள்
நட்சத்திரங்களைச் சூறையாடிக் குடிப்பாள்
அங்கிங்கெனாதபடி பொங்கும் வெளியில்
அரிசி வடிவில் சூரியக் குடும்பம்
அவள் நெற்றிக்குள் சென்று விடும்
ஆம்

15.8.2018
2.22 am

வெயில்

வெயில்
உருத்திராட்ச வாசனை வீசும் கண்ணாடி
விடலை மேனியும் மீன்செட்டை ஓசையும்
நீட்டலளவை விரலும் கொண்டு அலையும்
தழல் முத்தன்
மேல்நோக்கிப் பாய்வதும் கீழ்நோக்கிப் பரவுவதுமான
மாயக் கானல் உடலை
ஏன்
கடுக்காயின் சுவையென்று தின்னத் தோன்றுகிறது
உச்சிகளில் நடக்கும் பூதமென்று
ஏன் சொல்லத் தோன்றுகிறது
கோடைகாலத்தின் இசை வியர்வைச் சரம்
தன்னையே தான் மீட்டும் தாகத் தமனி
தொடுகோடு
உரித்துப் பேசும் மொழியும்
எம் மக்களுக்கு
உரிமைக் காணிமேல்
பதார்த்தமும் தேடக் கிடைத்த பதம்
ஏகம்
வா என்றழைத்தால் மேகக் காலால்
நிழல் பாதம் பதிக்கும் நீலம்
ஆயுதங்களின் கூரில் தகிக்கும் வீரம்
பொழுதைப் பொதியாய் சுமக்கும் வெளித்தகடு
கடலின் மேலுதடு

தேன்மொழி தாஸ்

பிறையில் ஆடும் கலை
பிரம்மத்தண்டுப் பூ
ஒப்பில்லாத கனி
மெய்யனே
ஏகமாய் மெய்யனைத்திலும் ஆடும் அப்பனே
அகமே அமிர்தையெனும் அர்த்தப் பிழம்பே
வெயிலே உமை
வெளிப்படுத்துதலின் புத்தகம் என்கிறோம் யாம்

18.5.2018
1.08 pm

வல்லபி

சூலத்தின் நிழலும் வேலின் நிழலும்

அவர்கள் என்னை அழைப்பதாகக் கூறினார்கள்
அந்த அறை வஸ்திரங்களினால் நிறைந்திருந்தது
"யார் என்னை அழைப்பது" என்று கேட்கையில்
குரல்களின் உடல்கள் அங்கில்லை
ஒரு குளக்கரையோரம் நின்றிருந்தேன்
மரமஞ்சள் கட்டைகளாய் நீரில் மூழ்கி நிற்கும்
ஏழு உடல்களைக் கண்டேன்
ஆரவாரம் பொங்கும் மக்கள் கூட்டம்
மங்கலச் சத்தங்கள்
ஆலமரங்களின் விழுதுகளில் குரல்கள்
யாரும் எனது இருப்பைக் கண்டடையவில்லை
என்னை உரசிக் கொண்டு போன ஒரு பெண்ணின் முகம்
இறந்த எனது தாயினை
மூளையில் படுக்க வைத்தது
அவளை உறங்க வைத்தேன்
பின்னும் அக்குளத்தில் உடல்கள் குளித்துக்
கரையேறவில்லை
அவர்கள் பின்னே பலம்கொண்ட மட்டும் நீரினைப்
பிளக்கும் ஒருவன் வருகிறான்
அவ்வுடல்கள் புன்னகைக்கையில் உயிரில்
கந்தவருக்க வாசனை
நீந்திக்
கரையேறும் போது
அந்த அறையில் கண்ட வஸ்திரங்கள் அவர்கள் மேலிருந்தன
என்னை அழைத்த குரல் குவிந்து நாணல்பூவோடு போனது
அதன் வெள்ளி ஒளி வீசிய திசையில்

தேன்மொழி தாஸ்

ஒரு கோவிலும் கோபுர வாசல்களும் திறக்கக் கண்டேன்
சந்நிதானத்தில் நான் கண்ட இருதெய்வங்களில்
ஒன்று வலக்கையின் சூலத்தை இடக்கைக்கு மாற்றியது
மற்றொன்று இடக்கையில் இருந்த வேலினை
வலக்கைக்கு மாற்றியது
தலையின் கிரீடங்களில் பொன்னின் மெல்லிசை
பெருக்கல் குறியைப் போல் விழியில் பதிந்த
சூலமும் வேலும் கனலத் தொடங்கின
நடுவில் ஏந்திய அவர்கள் கரங்களில்
நான் மிதந்திருந்தேன்
சூலத்தின் நிழலும் வேலின் நிழலும்
தீயையும் நீரையும் போலிருந்தது

4.9.2017
5.10 am

சூசன் - 20

வெள்ளி வானின் வேதிப் பிணைப்பு
என் படுக்கையை நிறைத்திருந்தது
பசும் புல்வெளியில் பால்நதியொத்த படுக்கையில்
அசைவின்றி அயர்ந்திருந்த வேளை
அது நடந்தது
ஆயுதம் நிலத்தைக் கீறும் சத்தம் இமைகளை இறுகச்
சாத்தியது
மனதில் உயர்ந்த காட்சியில்
நிலம் தெற்கிலிருந்து வடக்காக
பிளந்து கொண்டே போனது
ஆயுதத்தால் நிலம் கீறும் சத்தம்தான்
ஆனால் ஆயுதமே காட்சியில் இன்றி
அரூபத்தின் அந்தரக் கைகளில் அது நடந்தது
எனது படுக்கையின் இரண்டடிக்குப் பின்னால் இருந்த
காட்சி சட்டத்தில்
எல்லைக்கோடாய் நிகழ்ந்து முடிகையில்
சூசன் தென்திசை ஓரம் சூனுவுடன் நின்றிருந்தாள்
இருவரின் உடையும் இளஞ்சிவப்பு ரோஜாவின் நிறம்
கீறப்பட்ட நிலத்தில் சூனுவின் கரம்பிடித்து பல
விதைகளைப் புதைக்கத் துவங்கினாள் சூசன்
அவள் என்னை எழச்சொல்லவில்லை
வார்த்தைகளையும் அளிக்கவில்லை
அவள் வடதிசை வரை விதைக்கச் செய்தாள்
அப்போது
தென்திசை ஓரம் மேலும் பலமாக
நிலம் கீறிவரும் சத்தம் கேட்டது
இம்முறை அதிர்வு முந்தைய ஆயுதச் சத்தத்தை
ஒத்திருக்கவில்லை
நிலத்திலிருந்து வெளிப்பட்ட
மண்ணின் நிறம் கறுப்பாய் இருந்தது
எனது கண்கள் அந்நிறத்தைக் காண்கையில்

தேன்மொழி தாஸ்

நிலம் கீறிப்போவது சட்டென அடங்கியது
படுக்கையிலிருந்து எழுந்த போது
என் தலையின் பின்னே
வெள்ளைத் தங்கத்தால் ஆன
ஒரு அரசனின் சிலையைக் கண்டேன்
வலது கை தரை நோக்கியும்
இடது கை வான் நோக்கியும் இருந்தன
அச்சிலையின்
வலது கை பிடித்து எழத்துவங்க
முயற்சிக்கையில்
என் கைகள் அச்சிலையின் கைகளோடு ஒட்டிக்
கொண்டதை அறிந்தேன்
பிரித்தெடுக்க இயலாத படி
அச் சிலையின் காந்தம் விரல்களை
வைத்துக் கொண்டது
சூசன் சென்ற திசையை
பிணைக்கப்பட்ட இரண்டு வலக்கைகளும்
கண்டுகொண்டேயிருந்தன

27.6.2016

வல்லபி

மேன்டிஸ் நடனம்

இளமையாகவே இருக்கிறது இரவு
நரையோடிய பொழுது புலர்ந்திருக்கிறது
பூக்களில் மேன்டிஸ் பூச்சிகளின் நடனம் காண்கையில்
எல்லா உயிர்களின் விரல்களிலும்
இசையின் மனதே நிறைந்திருக்கின்றன
இச்சிறு உயிர்கள் புணரும் உடல்மொழியில்
பல எழுத்துருக்கள் வெளியில் மிதப்பதையும்
விழித்தாளில் குறித்துக் கொள்கிறேன்
தாழம்பூ பின்னலிட்ட பெண்ணின் சடையாய்
அசோக இலைகள் துளிர்த்து அசைகின்றன
அதன் பூக்கள் இன்னும் ரத்தச்சொந்தமாய்த் துடிக்கின்றன
கேசம் அசைந்து நீலமேகத்தில் கிளைகளை வரைகிறது
மனிதர்களின் நிறங்களை
பல தைலக்குப்பிகளில் அடைத்து சோர்ந்து போனேன்
ஆயினும்
தருவதற்கும் பெறுவதற்கும்
இன்னும் வார்த்தைகள் இருக்கின்றன
தண்டுவடம்
ஒடியும் தன்மை கொண்ட அல்லிக்காம்பாயும்
சல்லடைக் குழாய் போன்றும் மாறிப்போனது
தட்டான்களின் முதுகில் இளவெயில்
வயிற்றில் குளிர் நிழல்
குழந்தைகள் பள்ளிக்குச் செல்கிறார்கள்
அவர்களது கனவில்
எவனொருவனும் அபாயக்குறியீட்டை வரையாதிருக்கட்டும்
மொழியை முத்தமிடுகிறேன்

காற்று பொற்கம்பியாய்
பார்வையை எங்கோ இழுத்துச் செல்கிறது
அகத்தோல் வயதறியாது வதங்குகிறது
அசைவற்ற நீலப்பட்டாம்பூச்சி நங்கூரமிட்ட கப்பலாய்
நிற்கிறது
நான் மண்டியிட்டு அதில் ஏறிக்கொள்கிறேன்
நிலத்தின் மூச்சு அலையாகிறது
இன்னும் மேன்டிஸ் நடனம் முடியவில்லை
திரளும் கண்ணீர் உண்மையின் உடல்
மூதாதையர்களின் கல்லறை மண்ணை
உணர்வின் விரல்கள் அள்ளி
மனக்கலசத்தில் அடைத்து விம்முகிறது
நாங்கள் நீந்திச் செல்கிறோம்

20.9.2017
7 am

Dedicated to : Indian Flower Ýantis

வல்லபி

ஜன்னல் ஓரங்கள்
நகரும் வானங்கள்

க பறக்கத் தொடங்கும் போதெல்லாம்
நிற் பின்னால் போகிறது
இப்படித்தான் பயணங்களின் ஊடே
ஏதேனும் ஒரு எழுத்து
வலுப்பெற்று மேல் எழும்
குழந்தையின் முதல் எழுத்தோ
குழப்பத்தின் கடைசி எழுத்தோ பின் மாயும்
முன்செல்லும் வாகனத்தில்
Sound Horn எழுத்துக்குப் பக்கத்தில் கிளிகள்
கம்மலோசான் என்ற அந்நியமொழிப் பாடல்
காதில் விழுகிறது
விரையும் தார்ச்சாலையின் மையவரி தொடரி
குஞ்சம் கட்டிய லாரியில் சிந்தும் மணல்
நதியின் உட்சூடு
இடது கருவிழிக்கும் வலது கருவிழிக்கும்
நடுவில் ஆடும் தொட்டிலில்
சாலையில் சிதைந்த தாயின் உடல்
கண் அடைக்கவிடுவதில்லை
சக்கரங்களை விடவும்
ஆன்மாக்களே வேகமாய் விரையும் தன்மையிலிருக்கிறது
வீட்டுப்பொருட்களோடு கந்தலாக சாய்ந்து போகிறாள்
ஒருத்தி
பாட்டில் பிரஷ் பூங்கொத்து போல்
வாகனம் துடைப்பான் விற்கும் சிறுவன்
வார்த்தைகளில் பாசிமணிகளின் வாசம்
திருநங்கைகள் கைநிறைய வளையல்களால் மங்கல
ஒலியெழுப்புகிறார்கள்
அவர்கள் பார்வை பிறை நகர்வின் நகல்
புளியம்பூக்களில் ஏலியன்ஸ் முகச்சரிவு
செவ்விளந் தென்னங்குலைகள் முகமூடிகள்
முத்தமிட்டபடி கைநீட்டும் குழந்தை

மனதுக்குள் முத்துக்குவியலை கவிழ்த்துகிறது
சாலைகடக்கும் வெள்ளைப் பட்டாம்பூச்சிக்கு
முக்கோண உயிர் வடிவம்
பாதை திருப்பும் அம்புக்குறி முப்பாட்டி
ஜன்னல் ஓரங்கள் நகரும் வானங்கள்
அறியா மனிதர்கள் உறவில் உருகும் கோள்கள்
இறுக அணைத்தபடி செல்லும் காதலி
காதில் ஏதோ சொல்கிறான் காதலன்
"அறியாதே வந்து நீ குளிராய் என்னுள்ளில்" என்ற பாடல்
எனது காதில் முடிவுறுகிறது
நிற்க

19.10.2017
11.31 am

வல்லபி

இசை

தனித்தும்
ததும்பும் தளும்புகளை
தோணிகளில் ஏற்றிக்கொண்டு
முடிவுசெய்யப்படாத எல்லைக்குப் பயணித்தல்
புடைக்கும் ரத்தஅழுத்தத்திற்கு
அணுஅளவு ஆறுதல்

I am wondering
Wise thoughts &
Precise languages
Yields what to me

கறுப்புத் தேனீரளவு நிரந்தரம்

காற்றின் கணிதமிக்கக் கோடுகள்
இவைகளைக் கண்டறியும்முன்
நிர்ணயமற்ற எல்லை எதிர்வரும்

Yes absolutely
I am a Poet
அதனால் என்ன

Nothing with secure
பூமிக்கு ஏது அரண்

எல்லாம் விழி வழியே
பறவைகளாய்ப் பறந்து செல்லும் என்றே
கண்களுக்குக் கழுகின் நிறம் கிடைத்திருக்கும்

தேன்மொழி தாஸ்

தனிமைதான் காதலை புனிதத்தினுள் கடத்தும்
கூடல்குளிரின் ஆடை

செவியினை
வெட்டிய பனையோலைமேல் கிடத்தினால்
காய்ந்து கொண்டுவரும் ஈரத்தின் சத்தத்தை
இசைக்க இசைக்குறிப்புகள் கிடையாது

இசை நுண்மையின் எல்லைக்கு அப்பால் புகையென
எழும்பும் புரிதல்

22.3.2017
4.10 pm

வல்லபி

நடுகை

வானத்தில் பாறைகள் அலைகின்றன
தூரத்தில் அங்காளி ஓடிவரும் பாடலோடு
மழையின் ஆணிமுத்துக் கால்களால்
புற்களின் முதுகுகள் வளைகின்றன
சகபாடி விவசாயி
மண்புழுக்களுக்குத் தீனி தேடுகிறான்
மருத்துவச்சி குறிசொல்லியாக மாறிவிட்டாள்
அவள் வீதி மக்களுக்கு
குங்குமத்தை நிலம் என்றும் விபூதியை நீர் என்றும்
அணியத் தருகிறாள்
மஞ்சளை நெருப்பென்று ஊதி
சந்தனத்தைக் காற்று என்று பூசுகிறாள்
நிறங்களை சோழிகளாகச் சுழற்றி
அவள் சொல்லும் வாக்கில் எல்லாம்
நன்றாகவே இருக்கிறது
அவள் வீதி தாண்டினால்
வேம்பின் இலைகள் ஏனோ கத்தியாய் சுழலும்
கேழ்வரகுச் சாலை கேவும்
செங்கரும்புத் தோப்புகள் செஞ்சோறு தெரியுமா
பாடுகளால் செழிக்கும் சன்மபூமி
குருதி வாங்கிக் குருதி ஊட்டும்
குருட்டு நியாயத்தில் முத்தமிடுகிறேன்
மக்கள்தாயம் எங்கும் முடியவில்லை
தலைச்சுமை புடைக்கும் வார்த்தைகளை
நாத்தாங்கால்களில் இருந்து பிடுங்கி

தேன்மொழி தாஸ்

நஞ்சைக்குச் சுமந்து
கழற்சிக் காயளவேனும் கணவன் பற்றிய கசப்புகளை
வேரோடு நடுகிறார்கள்
மஞ்சள் சரடுகளில் பொன்னில்லா துயர்
பச்சைப் பாம்புகளாய் சரசரக்கிறது
நடுகை நிலநடுக்கத்தின் மேல் தோல்
வல்லவன் செம்மறிகளைப் புசிப்பித்து மகிழ்கிறான்
முன்னிரவில் மனைவியின் முந்தானையில் முன்னிற்கும் ஒரு
காசு வாழ்வின் மூக்குத்தி
ஆலமரத்தடியில்
ஆடுபுலியாட்டம் ஆடும் முப்பாட்டன்
ஆலவிழுதை
இறந்த மனைவியின் கூந்தல் என்று பாடுகிறான்
ஆடு வெட்டுப்படும் போதெல்லாம்
"ஏம்புள்ள போச்சே" என்று தொடையில் அடித்து
விசனப்படுகிறான்
உரசி உரசி விளையாடினாலும் வாழ்வு சமர்
மக்கள்தாயம் எங்கும் முடிவதில்லை
தூக்கணாங்குருவிகளின் மோகம்
மழைக்காலத்தின் துளிகள் ஊடே பொழிகிறது
மகுடிகளாய் கூடுகள் பின்னி மடிகளைக் கழுவும் அவை
வீடுகளை கனாவின் கரியதும்பில் ஏற்றுகின்றன

18.10.2017
4.30 am

பத்திமை கசியும் கண்கள்

கடமான் கொம்புகள் உதிர்ந்து கிடக்கும்
கந்தர்வ காடுகளுக்குள் இறங்கிவிட்டாய்
உனது மறைபனி உதடுகள்
தலைகீழ் விகிதத்தில் முத்தமிடுகின்றன
மனதின் தொலி மரத்துப்போக
நீ சொன்ன சொற்களை
இம் மாமலைகளின் மேல் ஏற்றுகிறேன்
எனது நெறி தசைகொண்டே எரிகிறது
விதைத் தமும்புகள் விசும்ப
கருவறை புரள்கிறது
விகிதமுறா மூலங்களைத் தொழுகிறேன்
இக்காட்டின் நன்நறுந்தாளிகள் என்மேல்
படருகின்றன
பத்திமை கசியும் கண்களூடாக
பிரபஞ்சத்தை நிதானித்து அறிகிறேன்
எல்லாம் பருவமாறிகள்
வலம்சுற்றித் தசை உண்ணும் உயிர்கள்
காற்றுயிர்ப்பினால் பூக்கள் கேவுகின்றன
நரை என்பது நிழலுக்கு உண்டோ என
நினைவுகளை ஊண்டுகின்றன
இன்னும் என்ன செய்வாய்
மண்ணீரல் நன்னீராய் நடுங்கும் போது
இன்னும் என்ன சொல்வாய்

26.7.2017

தேன்மொழி தாஸ்

இரவு கனத்த வில்

தொடுவானத்தைப் புசித்து அறிந்தால்
உப்பிடப்பட்ட அப்பளம் நாக்கில் நனைவது அவ்வளவே
நதிகள் அழிவதை உற்றுப் பார்க்கையில்
வேர்களின் வேதனை ஆகாயத்தில் பறக்கும் பரிசுத்த ஆவி
வீட்டின் மதில் சுவரில் கம்பிகள் நரம்பு
பல்லிகளின் வேட்டை ஆயுதம் வெளிச்சம்
போராட்டம் சஞ்சீவி மூலிகை
மறைமுக வாழ்வு பூமிக்கும் அதன் உயிரான நீருக்கும்
எதிர்வினைகளின் கண் தோராயப் பார்வை கொண்டது
தலைகீழ் சதுர விதிக்குள்
பெண்ணின் மனம் உறைந்த மின்னல்
ஆணின் கணிதம்
பெருங்காய வாசனையோடு விரியும் வளைகோடு
தொட்டில்
ஆகாயவிரிவுக்கு மேல் ஆடும் குழந்தையின் கனவுலகு
தீப்பற்றிய துரும்பில் வானசாஸ்திர வார்த்தைகள்
கொட்டுக்காரனின் தலையணை சிறுகுச்சி
சுருங்கச் சொல்லல் பாம்பை விழுங்குதல்
சர்வ சமம் என்பது இமையடைத்தல்
இரவு கனத்த வில்

28.8.2017

வல்லபி

நீலத் தீ

ஒரு பூதத்தின் தலையில் நின்றபடி
இரண்டு பூதங்கள் எரிவதைப் பார்க்கிறேன்
மேலொரு பூதம் தன் மார்பில் ஊறும் மற்றொரு பூதத்தை
மிதக்கவிடுகிறது

எல்லாம் ஒழுங்கின்மையின் பச்சைச் சுடர்

நான் படைத்த ஆறாவது பூதம்
உயிர்பெற்றுவிட்டது

அகம் அழிவின்மையின் நீலத் தீ
உயிர்   மெய்
மெய் கறுப்பு

உடல் பச்சை
சதை செம்மண்

எனது ஆயுதம்
த எனத் தகிக்கும் மொழி
அழித்தல் இயலாமை

19.11.2016
5.32 pm

தேன்மொழி தாஸ்

வல்லபி தாண்டவம்

மயானத்தில் நின்றாடுகிறாள் வல்லபி
எரித்த கறியின் வாசம் பனைமரமேறுகையில்
சுடுநிலத்தின் ஒப்பாரி இசையில்
எட்டுத் திசைகளை எட்டுக் கரங்களாலும்
வெந்த பிணங்களை இமையசைவிலும் திருப்புகிறாள்
பித்தத்தின் பச்சையை இழுத்துப் பூசி
மாதங்கி என்ற நாமம் சூடி
திப்பிலிக் கொடியாய் அசைந்து
வஞ்சனையைப் பிதற்றி வாள் ஏந்துகிறாள்
தகவு தனை பார்வையில் கொளுத்தி
சுடுகாட்டுச் சாம்பலை
தர்க்க தாண்டவத்தில் பறக்கவிடுகிறாள்
பரஞ்சுடர்மிக்க விரலால் வீணை மீட்டி

காடே பேரறிவு
சுடுகாடே பேழ்
காலம் கடலாணி
வானவேர் மாயை
புலரி நிலப்பூண்
அறம் வேட்கை
வைராக்கியம் வேகும் எலும்பு
காத்திருத்தல் வாழ்வைப் பழக்குதல்
என்று பாடுகிறாள்

மனித நரம்புகள் கருகும் வேளையில்
நதிகளை கருவிழியில் படைத்தவள்
வல்லபி
வாரி இறைத்த சடவுகள் நாகங்கள்
அறுத்து எறிந்த நாவுகள் நடுகற்கள்
வல்லபியின் திலகமே சூரியன்

6.10.2018
10.23 pm

தேன்மொழி தாஸ்

ரோஸ்லின் ஜெயசுதா என்னும் இயற்பெயர் கொண்ட தேன்மொழி தாஸ் மேற்குத்தொடர்ச்சி மலையில் மணலார் என்ற தேயிலைத் தோட்டப் பிரதேசத்தில் 1976ஆம் ஆண்டு பிறந்தார். பெற்றோர் சுப்பையா என்ற மரிய தாஸ் – லீலா மரியதாஸ். இவர் செவிலியர் பட்டப் படிப்பு படித்து புகழ்பெற்ற அப்பலோ மருத்துவ மனையில் 2001 வரை பணி புரிந்தார்.

மிகவும் சிறிய வயதிலேயே கவிதைகளை இயற்றுவதில் திறமை கொண்ட இவர் பள்ளிக் காலங்களில் நாடகங்கள் இயற்றி இயக்குவதிலும் தேர்ச்சி பெற்றி ருந்தார். பரதம் மற்றும் கர்நாடக சங்கீதமும் முறைப்படி கற்றுத் தேர்ந்தவர்.

2001ஆம் ஆண்டு இவரது முதல் கவிதைத் தொகுப்பு 'இசையில்லாத இலையில்லை' வெளிவந்தது. அந்த நூல் தேவமகள் அறக்கட்டளை விருது, திருப்பூர் கலை இலக்கியப் பெருமன்றப் பரிசு மற்றும் சிற்பி இலக்கிய விருது ஆகிய மூன்று விருதுகளைப் பெற்றது.

2002இல் பாரதிராஜாவின் 'ஈரநிலம்' திரைப்படம் மூலமாக பாடலாசிரியராகவும் உரையாடலாசிரியராகவும் அறிமுகமானார். இப்படத்திற்கான தமிழ்நாடு அரசின் சிறந்த வசனத்திற்கான விருது 2003இல் இவருக்குக் கிடைத்தது. இதன் மூலமாக தமிழ் திரைப்பட

வரலாற்றில் உரையாடலுக்காக விருது பெற்ற முதல் பெண் என்ற அடையாளமும் இவரை வந்தடைந்தது. இதுவரை நாற்பதுக்கும் மேலான திரையிசைப் பாடல்கள் எழுதியுள்ளார்.

2006இல் இருந்து 2011 வரை கலைஞர் தொலைக் காட்சியில் வெளியான *தெக்கத்திப் பொண்ணு* என்ற நெடுந்தொடருக்கு உரையாடல் எழுதினார். விஜய் தொலைக்காட்சியில் வெளியான *கனா காணும் காலங்கள், காதலிக்க நேரமில்லை* என்ற நெடுந்தொடர்களுக்கும் பாடல்கள் எழுதியுள்ளார்.

தற்சமயம் திரைக்கதை இயற்றுவதோடு இணை இயக்குநராகவும் பணியாற்றுகிறார்.

2003ஆம் ஆண்டு இவரது இரண்டாம் கவிதைத் தொகுப்பு *அநாதி காலம்* வெளியானது. 2001ஆம் ஆண்டிலிருந்து சிற்றிதழ்களில் சிறுகதைகளும் எழுதியுள்ளார். 2007ல் இவரது மூன்றாவது கவிதைத் தொகுப்பு *ஒளியறியா காட்டுக்குள்* வெளியானது. மார்ச், 2016இல் இவரது நான்காவது கவிதைத் தொகுப்பாக *நிராசைகளின் ஆதித் தாய்* வெளியிடப்பட்டது. ஐந்தாவது தொகுப்பு *காயா*. 2017–ல் வெளிவந்தது. இத்தொகுப்பிற்கு உயிர்மை "சுஜாதா விருது" வழங்கி சிறப்பித்தது. மேலும் களம் புதிது கவிதை விருது, படைப்பு – தமிழ் நவீன கவிதைக்கான "இலக்கிய விருது" இந்த மூன்று விருதுகளோடு உயரிய நல்விமர்சனங்களுடன் அதிக கவனம் பெற்றது காயா கவிதை நூல். *வல்லபி* தேன்மொழி தாஸ்–ன் ஆறாவது கவிதை நூல்

மின்னஞ்சல்:
thenmozhidaspoems@gmail.com

ஆசிரியரின் பிற கவிதைத் தொகுதிகள்

1. இசையில்லாத இலையில்லை (2001)
2. அநாதி காலம் (2003)
3. ஒளியறியாக் காட்டுக்குள் (2007)
4. நிராசைகளின் ஆதித்தாய் (2016)
5. காயா (2017)